Lời mở đầu

Hướng dẫn của OECD về Quản trị Công ty trong Doanh nghiệp Nhà nước (Bộ Hướng dẫn) là tiêu chuẩn quốc tế hàng đầu để các nhà hoạch định chính sách thiết kế khuôn khổ sở hữu và Quản trị Công ty hiệu quả cho các Doanh nghiệp Nhà nước. Bổ sung cho *Bộ nguyên tắc Quản trị Công ty của G20/OECD,* các nguyên tắc này nhằm giải quyết những thách thức và cơ hội đặc thù mà nhà nước, với vai trò chủ sở hữu, phải đối mặt nhằm thúc đẩy tính minh bạch, trách nhiệm giải trình, liêm chính và hiệu quả trong khu vực nhà nước. Những nguyên tắc này đã trở thành nền tảng cho các quốc gia trong việc cải cách các khuôn khổ thể chế, pháp lý và quy định để thúc đẩy cạnh tranh, chuyên nghiệp hóa các hoạt động sở hữu và nâng cao hiệu quả hoạt động của Doanh nghiệp Nhà nước.

Phiên bản sửa đổi của *Bộ Hướng dẫn* năm 2024 được xây dựng dựa trên gần hai thập kỷ kinh nghiệm triển khai, bao gồm các tiêu chuẩn và thông lệ thiết thực, mới nhất của OECD, đặt ra mục tiêu cao hơn và phù hợp hơn với tình hình thực tế. Với vai trò ngày càng tăng của các Doanh nghiệp Nhà nước trên thị trường, *Bộ Hướng dẫn* (sửa đổi) nhằm đảm bảo hơn nữa sự cạnh tranh bình đẳng giữa các Doanh nghiệp Nhà nước và doanh nghiệp tư nhân. Để đảm bảo quản trị Doanh nghiệp Nhà nước hiệu quả, *Bộ Hướng dẫn* (sửa đổi) nhấn mạnh rằng nhà nước phải hoạt động với vai trò một chủ sở hữu tích cực, hiểu biết và chuyên nghiệp. Điều này bao gồm việc xác định rõ lý do và kỳ vọng đối với Doanh nghiệp Nhà nước, đặc biệt là liên quan đến các mục tiêu chính sách công. Bộ hướng dẫn này cũng kêu gọi các Hội đồng Quản trị phải có năng lực cần thiết, liêm chính và khách quan để thực hiện các chức năng của mình; đồng thời tuân thủ các tiêu chuẩn cao về tính minh bạch, công bố thông tin và trách nhiệm giải trình đối với các cổ đông và các bên liên quan.

Bộ Hướng dẫn (sửa đổi) cũng ghi nhận vai trò của các Doanh nghiệp Nhà nước và chủ sở hữu của họ trong việc tiên phong làm gương về phát triển bền vững. Đối với chủ sở hữu Doanh nghiệp Nhà nước, điều này bao gồm cả việc tích hợp các vấn đề liên quan tới phát triển bền vững vào các chính sách sở hữu. Còn đối với Doanh nghiệp Nhà nước, là đặt ra các mục tiêu cao và cụ thể về phát triển bền vững, đồng thời áp dụng quản trị rủi ro và kinh doanh có đạo đức và trách nhiệm để tăng cường khả năng chống chịu và tạo ra giá trị dài hạn.

Bộ Hướng dẫn sẽ luôn là một công cụ có giá trị để các chính phủ thúc đẩy các hoạt động quản trị minh bạch, có trách nhiệm và bền vững trong khu vực Doanh nghiệp Nhà nước. OECD sẽ tiếp tục làm việc với tất cả các quốc gia và đối tác để thúc đẩy việc thực hiện *Bộ Hướng dẫn* trên toàn cầu.

Mathias Cormann,

Tổng thư ký OECD

Hướng dẫn của OECD về Quản trị Công ty trong Doanh nghiệp Nhà nước 2024

OECD
BETTER POLICIES FOR BETTER LIVES

Bộ Hướng dẫn của OECD về Quản trị công ty trong Doanh nghiệp nhà nước được trình bày trong Phụ lục của Khuyến nghị của OECD về Hướng dẫn quản trị công ty trong Doanh nghiệp nhà nước [OECD/LEGAL/0414], được Hội đồng OECD thông qua ngày 8 tháng 7 năm 2015 và được sửa đổi ngày 3 tháng 5 năm 2024. Để truy cập văn bản chính thức của Khuyến nghị, cũng như các thông tin liên quan khác, vui lòng tham khảo Tuyển tập các văn kiện pháp lý của OECD tại https://legalinstruments.oecd.org.

Tài liệu này, cùng dữ liệu và các bản đồ được sử dụng không mang định kiến về thực trạng hay chủ quyền đối với bất cứ vùng lãnh thổ nào, cũng như sẽ không ảnh hưởng tới việc phân định các đường biên giới/ranh giới quốc tế, và tên gọi của bất cứ vùng lãnh thổ, thành phố hay khu vực nào.

Vui lòng trích dẫn ấn phẩm này như sau:
OECD (2026), *Hướng dẫn của OECD về Quản trị Công ty trong Doanh nghiệp Nhà nước 2024*, OECD Publishing, Paris, https://doi.org/10.1787/d7eaf4af-vi.

ISBN 978-92-64-87705-4 (in)
ISBN 978-92-64-97298-8 (PDF)
ISBN 978-92-64-31876-2 (HTML)

Ban đầu được OECD xuất bản với tiêu đề: OECD (2024), *OECD Guidelines on Corporate Governance of State-Owned Enterprises 2024*, OECD Publishing, Paris, https://doi.org/10.1787/18a24f43-en.

Tác giả ảnh: Trang bìa © Together Creative.

Các ấn phẩm của OECD được truy cập trực tuyến tại: https://www.oecd.org/en/publications/support/corrigenda.html.

Lời tựa

Hướng dẫn của *OECD về Quản trị Công ty trong Doanh nghiệp Nhà nước (gọi tắt là Bộ Hướng dẫn)* là chuẩn mực quốc tế hàng đầu về Quản trị Công ty dành cho Doanh nghiệp Nhà nước, nhằm cung cấp những hướng dẫn để giúp các nhà hoạch định chính sách đánh giá và cải thiện các khuôn khổ pháp lý, quy định và thể chế cho quyền sở hữu và quản trị các Doanh nghiệp Nhà nước. Tài liệu này xác định những yếu tố nền tảng để đảm bảo quyền sở hữu và quản trị chuyên nghiệp, đồng thời cũng đưa ra những hướng dẫn thực tiễn để triển khai ở cấp quốc gia.

Được thông qua lần đầu vào năm 2005 và sửa đổi vào năm 2015, *Bộ Hướng dẫn* đã được chỉnh lý thêm một lần nữa vào năm 2024 dựa trên những phát triển gần đây trong lĩnh vực Quản trị Công ty cùng các tiêu chuẩn cũng như thông lệ tốt và mới nhất của OECD. *Bộ Hướng dẫn* (sửa đổi) đã được Hội đồng OECD cấp Bộ thông qua vào tháng 5 năm 2024 (thể hiện *trong Khuyến nghị của OECD về quản trị Doanh nghiệp Nhà nước* [OECD/LEGAL/0414]). Chúng bổ sung cho *Bộ nguyên tắc Quản trị Công ty của G20/OECD và Hướng dẫn của OECD về chống tham nhũng và liêm chính trong các Doanh nghiệp Nhà nước.*

Bộ Hướng dẫn (sửa đổi) nhằm đảm bảo rằng các Doanh nghiệp Nhà nước sẽ đóng góp vào phát triển bền vững, an ninh kinh tế và khả năng chống chịu, bằng cách duy trì sân chơi bình đẳng trên toàn cầu và các tiêu chuẩn cao về tính liêm chính và đạo đức kinh doanh. Chương mới mang tên "Doanh nghiệp Nhà nước và phát triển bền vững" đưa ra các khuyến nghị về cách các Doanh nghiệp Nhà nước và chủ sở hữu có thể làm gương bằng cách quan tâm tới những cơ hội và rủi ro liên quan đến khí hậu và các yếu tố bền vững khác. Chương mới này cũng kết hợp với Chương V về "Quan hệ với các bên liên quan và kinh doanh có trách nhiệm" từ phiên bản trước. Một số đáng kể các khuyến nghị mới cũng đã được lồng ghép vào các chương hiện có, trong khi cấu trúc tổng thể vẫn được giữ nguyên. Ngoài ra, phần "Phạm vi áp dụng và định nghĩa" sẽ làm rõ hơn nữa các khái niệm và định nghĩa then chốt liên quan đến việc thực hành *Bộ Hướng dẫn.*

Việc sửa đổi *Bộ Hướng dẫn* năm 2024 được thực hiện bởi Nhóm Công tác OECD về Thực tiễn Tư nhân hóa và Sở hữu Nhà nước, do ông Charles Donald chủ trì. Các nước thành viên và đối tác OECD đã đóng góp tích cực vào quá trình đánh giá một cách toàn diện và minh bạch. Những đóng góp quan trọng được ghi nhận từ các diễn đàn khu vực về Doanh nghiệp Nhà nước của OECD tại châu Á và châu Mỹ Latinh, cũng như từ tổ chức Doanh nghiệp tại OECD (BIAC) và Ủy ban Cố vấn Công đoàn (TUAC). Quá trình rà soát cũng nhận được sự ý kiến tham gia từ nhiều bên liên quan và cộng đồng hoạch định chính sách. Nhóm Công tác OECD cũng đã thực hiện tham vấn công khai trực tuyến, cũng như kết hợp giữa trực tiếp và trực tuyến với các bên liên quan. Quá trình này có sự tham gia của các chuyên gia đến từ nhiều tổ chức quốc tế có liên quan, đặc biệt là Quỹ Tiền tệ Quốc tế (IMF), Nhóm Ngân hàng Thế giới (WB) và Ngân hàng Tái thiết và Phát triển Châu Âu (EBRD).

OECD và các bên liên quan sẽ nỗ lực thúc đẩy và giám sát việc thực hiện hiệu quả *Bộ Hướng dẫn* (sửa đổi) trên phạm vi toàn cầu. Điều này bao gồm việc thúc đẩy đối thoại chính sách về triển khai *Bộ Hướng dẫn*, tiến hành đánh giá cấp quốc gia và giữa các quốc gia với nhau, thường xuyên công bố báo cáo Sở hữu và quản trị Doanh nghiệp Nhà nước, đánh giá việc thực thi *Bộ Hướng dẫn* ở một số lượng lớn các quốc gia.

MỤC LỤC

Về Bộ hướng dẫn

Hầu hết các nền kinh tế công nghiệp hóa trên thế giới đều được đặc trưng bởi thị trường mở và cạnh tranh, được đặt nền tảng vững chắc trong khuôn khổ pháp quyền, với doanh nghiệp tư nhân đóng vai trò là chủ thể kinh tế chính. Tuy nhiên, tại một số quốc gia (bao gồm nhiều nền kinh tế mới nổi) Doanh nghiệp Nhà nước thường chiếm tỷ trọng đáng kể trong tổng sản phẩm quốc nội (GDP), nguồn nhân lực và vốn hóa trên thị trường. Thậm chí ở những quốc gia mà Doanh nghiệp Nhà nước chỉ đóng một vai trò nhỏ trong nền kinh tế, các doanh nghiệp này vẫn thường đảm nhận nhiều vai trò quan trọng trong các ngành dịch vụ tiện ích và công nghiệp hạ tầng (như năng lượng, vận tải, viễn thông); một số trường hợp còn tham gia lĩnh vực hydrocacbon, công nghiệp khai khoáng, công nghệ và tài chính. Do đó, hiệu quả hoạt động của Doanh nghiệp Nhà nước tác động sâu rộng tới đại bộ phận dân số vàcác bộ phận khác của nền kinh tế. Vì vậy việc quản trị tốt Doanh nghiệp Nhà nước là yếu tố then chốt nhằm bảo đảm các doanh nghiệp này sẽ đóng góp tích cực vào mục tiêu chính sách công, phát triển bền vững (kể cả tiến trình chuyển đổi các-bon thấp), cũng như nâng cao hiệu quả kinh tế và năng lực cạnh tranh. Thực tiễn cho thấy, mô hình phát triển theo định hướng thị trường thường được coi là cách thức tối ưu trong phân bổ nguồn lực. Ngày nay, nhiều quốc gia đang cải cách phương thức tổ chức và thực thi quyền sở hữu nhà nước đối với Doanh nghiệp Nhà nước; trong đó không ít quốc gia lấy các thông lệ quốc tế, bao gồm *Hướng dẫn của OECD về Quản trị Công ty trong Doanh nghiệp Nhà nước (gọi tắt là Bộ Hướng dẫn)* làm xuất phát điểm, hoặc thậm chí là tiêu chuẩn. *Bộ Hướng dẫn đặt* ra các mục tiêu chính như sau: (i) Chuyên nghiệp hóa vai trò chủ sở hữu của nhà nước; (ii) Bảo đảm các Doanh nghiệp Nhà nước vận hành hiệu quả, minh bạch, liêm chính và có trách nhiệm giải trình tương đương với các doanh nghiệp tư nhân áp dụng thông lệ quản trị tốt; (iii) Tạo ra sân chơi bình đẳng giữa Doanh nghiệp Nhà nước và doanh nghiệp tư nhân; (iv) Góp phần nâng cao phát triển bền vững, khả năng chống chịu và giá trị dài hạn của Doanh nghiệp Nhà nước.

Bộ Hướng dẫn không khẳng định rằng một số hoạt động nên thuộc sở hữu công hay tư, bởi quyết định này phụ thuộc vào bối cảnh kinh tế và định hướng chính sách của từng quốc gia. Tuy nhiên, nếu chính phủ quyết định thoái vốn khỏi Doanh nghiệp Nhà nước, thì việc áp dụng các nguyên tắc Quản trị Công ty hiệu quả, đi kèm với sự minh bạch và liêm chính cao là điều kiện thiết yếu để việc tư nhân hóa mang lại hiệu quả kinh tế, nâng cao giá trị doanh nghiệp và tối đa hóa nguồn thu tài chính từ quá trình này.

Lý do nhà nước sở hữu doanh nghiệp là khác nhau tùy theo từng quốc gia và lĩnh vực hoạt động, thường là sự kết hợp giữa các mục tiêu xã hội, kinh tế và chiến lược. Ví dụ, Doanh nghiệp Nhà nước có thể được duy trì để thực hiện các mục tiêu chính sách công, thúc đẩy phát triển vùng miền, bảo đảm phát triển bền vững, cung cấp hàng hóa – dịch vụ công, hoặc quản lý các lĩnh vực "độc quyền tự nhiên" nơi cạnh tranh không khả thi. Tuy nhiên, trong vài thập kỷ qua, quá trình toàn cầu hóa, tiến bộ công nghệ và việc dỡ bỏ các quy định ở nhiều thị trường từng mang tính độc quyền đã dẫn tới sự điều chỉnh và tái cấu trúc sở hữu nhà nước ở nhiều nơi. Đồng thời, Doanh nghiệp Nhà nước cũng ngày càng tham gia sâu hơn vào thương mại và đầu tư quốc tế. Trước kia, Doanh nghiệp Nhà nước thường tập trung vào việc cung cấp hạ tầng hoặc dịch vụ công trong thị trường nội địa, nhưng hiện nay tỷ trọng sở hữu nhà nước có xu hướng mở rộng, với nhiều Doanh nghiệp Nhà nước vươn ra thị trường toàn cầu, bao gồm hoạt động trong các lĩnh vực chiến lược của nền kinh tế và cả những ngành gắn liền với quá trình chuyển đổi sang nền kinh tế các-bon thấp. Bên cạnh đó, sự gia tăng của các quỹ đầu tư và công ty mẹ thuộc sở hữu nhà nước cũng khiến cho mối quan hệ giữa chính phủ và Doanh nghiệp Nhà nước trở nên phức tạp hơn. Các xu hướng này đã được OECD khảo sát trong nhiều báo cáo, qua đó hình thành nên cơ sở đầu vào cho *Bộ Hướng dẫn.*

Doanh nghiệp Nhà nước thường phải đối mặt với những thách thức quản trị đặc thù. Một mặt, việc can thiệp hành chính quá sâu hoặc bị động cơ chính trị chi phối có thể dẫn tới tình trạng trách nhiệm không rõ ràng, thiếu minh bạch và hạn chếtrách nhiệm giải trình, từ đó làm suy giảm hiệu quả hoạt động và tính liêm chính. Mặt khác, nếu nhà nước giữ vai trò sở hữu quá mờ nhạt hoặc thụ động, Doanh nghiệp Nhà nước và đội ngũ quản lý có thể thiếu động lực để phục vụ lợi ích dài hạn của doanh nghiệp cũng như người dân (vốn là chủ sở hữu cuối cùng), đồng thời làm gia tăng nguy cơ phát sinh các hành vi tư lợi nội bộ. Bên cạnh đó, quản lý Doanh nghiệp Nhà nước thường ít phải chịu áp lực từ hai cơ chế kỷ luật đặc trưng của khu vực tư nhân: nguy cơ bị thâu tóm (takeover) và nguy cơ phá sản. Từ góc độ quản lý nhà nước, việc thực thi pháp luật thương mại đối với Doanh nghiệp Nhà nước có thể gặp khó khăn bởi xung đột nội bộ phát sinh khi cơ quan quản lý phải xử lý sai phạm của chính doanh nghiệp thuộc phạm vi quản lý của mình. Ngoài ra, một số Doanh nghiệp Nhà nước vừa phải thực thi mục tiêu chính sách công, vừa phải tham gia hoạt động kinh doanh trong những lĩnh vực đòi hỏi tuân thủ trách nhiệm doanh nghiệp và tiêu chuẩn liêm chính cao theo các chuẩn mực của OECD.

Về cơ bản, khó khăn trong quản trị Doanh nghiệp Nhà nước còn bắt nguồn từ chuỗi trách nhiệm giải trình nhiều cấp (từ Ban Điều hành, Hội đồng Quản trị, cơ quan đại diện chủ sở hữu, bộ ngành, chính phủ đến cơ quan lập pháp), trong đó chủ sở hữu có thể bị tách rời hoặc chưa được xác định rõ ràng, trong khi các bên liên quan dễ phát sinh xung đột lợi ích. Hệ quả là nhiều quyết định được đưa ra không phản ánh đúng lợi ích cốt lõi của doanh nghiệp và cộng đồng. Để khắc phục tình trạng này, đồng thời bảo đảm quá trình ra quyết định hiệu quả và tăng cường quản trị Doanh nghiệp Nhà nước tốt đòi hỏi phải chú trọng tới ba nguyên tắc chủ đạo, vốn cũng là nền tảng của một môi trường đầu tư hấp dẫn và bảo đảm cạnh tranh công bằng, đó là: tính minh bạch, cơ chế đánh giá và sự nhất quán trong chính sách.

Bộ Hướng dẫn lần đầu được ban hành năm 2005 nhằm giải quyết các thách thức trên, sau đó được sửa đổi năm 2015. Đến năm 2022, Ủy ban Quản trị Công ty của OECD đề nghị Nhóm Công tác về Sở hữu Nhà nước và Thực tiễn Tư nhân hóa đánh giá và cập nhật bộ hướng dẫn này, nhằm bảo đảm tính phù hợp trước bối cảnh lĩnh vực Quản trị Công ty có nhiều sự thay đổi, kế thừa gần hai thập kỷ kinh nghiệm thực hiện, và bổ sung cho các chuẩn mực hiện hành của OECD. Trước đó, nhiều báo cáo đã phân tích những đổi mới về phương thức Quản trị Công ty và sở hữu nhà nước ở các nước thành viên OECD cũng như đối tác kể từ sau năm 2005. Những cải cách cho thấy vai trò chủ sở hữu nhà nước đã được chuyên nghiệp hóa, chủ động hơn, với việc áp dụng các tiêu chuẩn minh bạch và trách nhiệm giải trình cho Doanh nghiệp Nhà nước tương đương với doanh nghiệp niêm yết, đồng thời Hội đồng Quản trị cũng được trao quyền tự chủ và độc lập phù hợp để thúc đẩy gia tăng giá trị doanh nghiệp. Tuy nhiên, trên thực tế, việc triển khai *Bộ Hướng dẫn* vẫn chưa đồng đều giữa các quốc gia. Nhận thấy điều này, Nhóm Công tác đã nhấn mạnh sự cần thiết phải tiếp tục đặt ra những kỳ vọng cao đối với chính phủ, cũng như duy trì vai trò của *Bộ Hướng dẫn* như là một chuẩn mực quốc tế hàng đầu, góp phần hỗ trợ cho công cuộc cải cách Doanh nghiệp Nhà nước trên toàn cầu.

Bộ Hướng dẫn được xây dựng như một khung tham chiếu có tính định hướng cao nhưng linh hoạt, giúp các nhà hoạch định chính sách phát triển khuôn khổ về quyền sở hữu nhà nước, mô hình quản trị và vai trò của Doanh nghiệp Nhà nước trên thị trường. Bộ hướng dẫn mang tính khuyến nghị, không có giá trị ràng buộc pháp lý, không nhằm thay thế hay phủ nhận pháp luật trong nước. Thay vào đó, bộ hướng dẫn xác định các thực tiễn hiệu quả và gợi ý nhiều cách thức (chính sách, luật, quy định, quy tắc tự quản, cam kết tự nguyện) để đạt được mục tiêu quản trị. Việc áp dụng *Bộ Hướng dẫn* tùy thuộc vào đặc điểm chính sách, bối cảnh pháp lý, quy mô, mức độ thương mại của Doanh nghiệp Nhà nước và các yếu tố liên quan khác của từng quốc gia.

Khi thực hiện vai trò chủ sở hữu, chính phủ cũng có thể tham khảo các khuyến nghị khác, như *Bộ nguyên tắc Quản trị Công ty của G20/OECD (sửa đổi) (gọi tắt là "Bộ nguyên tắc") và Hướng dẫn của OECD về chống tham nhũng và liêm chính trong Doanh nghiệp Nhà nước (gọi tắt là "Hướng dẫn ACI"). Bộ Hướng dẫn* được xây dựng nhằm bổ trợ cho hai tài liệu trên và hoàn toàn tương thích với chúng. Các văn bản pháp lý liên quan khác của OECD còn có *Tuyên bố của OECD về đầu tư quốc tế và doanh nghiệp đa quốc gia [OECD/LEGAL/0413], trong đó Hướng dẫn của OECD về doanh nghiệp đa quốc gia về ứng xử kinh doanh có trách nhiệm* là một phần không thể tách rời; *Khuyến nghị của OECD về trung lập cạnh tranh* [OECD/LEGAL/0451].Các hướng dẫn phụ trợ cũng có thể được tìm kiếm từ các nguồn khác, chẳng hạn như *Khung chính sách cho đầu tư của OECD [OECD/LEGAL/0144] và Bộ công cụ đánh giá khả năng cạnh tranh của OECD [OECD/LEGAL/0462]. Bộ Hướng dẫn* đưa ra các khuyến nghị giúp chính phủ đảm bảo rằng các Doanh nghiệp Nhà nước ít nhất phải có mức độ trách nhiệm giải trình với công chúng tương đương như các công ty niêm yết đối với cổ đông của họ.

Phần tiếp theo sẽ được chia thành hai phần chính. Phần thứ nhất trình bày tổng quan về *Bộ Hướng dẫn*, bao gồm bảy chương: I) Lý do cho việc Nhà nước đóng vai trò sở hữu; II) Vai trò của nhà nước với tư cách là chủ sở hữu; III) Doanh nghiệp Nhà nước trên thị trường; IV) Đối xử bình đẳng với cổ đông và nhà đầu tư khác; V) Công bố thông tin, minh bạch và trách nhiệm giải trình; VI) Thành phần và trách nhiệm của Hội đồng Quản trị Doanh nghiệp Nhà nước; VII) Doanh nghiệp Nhà nước và phát triển bền vững. Mỗi chương bắt đầu bằng một Hướng dẫn chính (in đậm), kế đến là một số Hướng dẫn hỗ trợ và Hướng dẫn phụ (cũng in đậm).

Phần thứ hai gồm các hướng dẫn chi tiết, cung cấp mục tiêu và bối cảnh cụ thể của từng hướng dẫn, đồng thời đưa ra các xu hướng hoặc ví dụ tiêu biểu nhằm hỗ trợ việc triển khai trên thực tế. Cuối tài liệu, một số báo cáo và ấn phẩm khác của OECD cũng được giới thiệu như những nguồn tham khảo hữu ích cho việc thực hành Quản trị Công ty trong Doanh nghiệp Nhà nước.

Phạm vi áp dụng và định nghĩa

Bộ Hướng dẫn được xây dựng dành cho các chính phủ, cũng như các cơ quan hoặc cá nhân thực hiện chức năng đại diện quyền sở hữu nhà nước.

Ngoài ra, tài liệu này cũng có giá trị tham khảo thiết thực cho Hội đồng Quản trị và Ban Điều hành của Doanh nghiệp Nhà nước, cũng như các bên liên quan khác. Các khuyến nghị trong *Bộ Hướng dẫn* tập trung vào việc quản trị từng Doanh nghiệp Nhà nước cụ thể, đồng thời bao gồm cả nội dung liên quan đến việc thực hiện quyền sở hữu nhà nước và môi trường pháp lý nơi doanh nghiệp hoạt động.

Nhìn chung, *Bộ Hướng dẫn* có thể được áp dụng cho mọi Doanh nghiệp Nhà nước, dù doanh nghiệp hoạt động tại thị trường nội địa hay quốc tế. *Bộ hướng dẫn* thừa nhận rằng không tồn tại một mô hình duy nhất phù hợp cho mọi hoàn cảnh, và mỗi truyền thống pháp lý và hành chính đều có đặc điểm riêng, dẫn đến sự khác biệt trong cách tổ chức và thực thi. Do đó, *Bộ Hướng dẫn* nhấn mạnh cách tiếp cận dựa trên kết quả (outcomes-based), tức là chính phủ có thể lựa chọn phương thức phù hợp nhất với bối cảnh để đạt được các mục tiêu mà *Bộ Hướng dẫn* khuyến nghị. Phần này cũng đưa ra một số câu hỏi và vấn đề để cơ quan đại diện sở hữu nhà nước cân nhắc khi xác định mức độ phù hợp và phạm vi áp dụng các khuyến nghị. Các định nghĩa dưới đây chỉ mang tính tham chiếu cho *Bộ Hướng dẫn*.

Định nghĩa

Xác định Doanh nghiệp Nhà nước. Bất kỳ tổ chức nào được pháp luật quốc gia công nhận là một doanh nghiệp và trong đó nhà nước thực hiện quyền sở hữu hoặc kiểm soát đều được coi là Doanh nghiệp Nhà nước. Định nghĩa này bao gồm các loại hình doanh nghiệp như công ty cổ phần, công ty trách nhiệm hữu hạn, công ty hợp danh hữu hạn bằng cổ phần. Ngoài ra, các tổ chức được thành lập theo luật định (có tư cách pháp nhân thông qua văn bản pháp luật riêng) cũng có thể được xem là Doanh nghiệp Nhà nước nếu mục đích hoặc phần lớn hoạt động của họ mang tính kinh tế.

Quyền sở hữu hoặc kiểm soát. *Bộ Hướng dẫn* áp dụng đối với các doanh nghiệp do nhà nước sở hữu và/hoặc kiểm soát. "Sở hữu" ở đây bao gồm quyền nắm giữ trực tiếp đa số cổ phần; nếu đã xác lập quyền kiểm soát, khái niệm này cũng bao gồm những hình thức sở hữu trực tiếp hoặc gián tiếp khác. "Kiểm soát" tồn tại nếu một (hoặc một nhóm) cơ quan đại diện sở hữu:

- Là chủ sở hữu hưởng lợi cuối cùng của đa số quyền biểu quyết; hoặc
- Có khả năng kiểm soát tương đương.

Khả năng kiểm soát tương đương có thể được trao qua những thỏa thuận pháp lý hoặc thỏa thuận thực tế cho phép nhà nước giữ quyền quyết định. Chẳng hạn, điều này có thể được quy định trong luật, điều lệ công ty hoặc các cam kết theo luật công hoặc luật tư, trao cho nhà nước quyền kiểm soát dài hạn đối với doanh nghiệp (ví dụ: quyền phủ quyết các vấn đề trọng yếu). Điều này cũng có thể xảy ra khi nhà nước có thẩm quyền bổ nhiệm đa số Thành viên Hội đồng Quản trị (hoặc cơ quan quản lý tương đương), quyền bổ nhiệm Tổng giám đốc (CEO) hoặc khả năng kiểm soát quyết định trọng yếu của Doanh nghiệp Nhà nước bằng các phương thức khác. Quyền kiểm soát cũng có thể được thực hiện thông qua ưu thế đặc biệt trong việc sở hữu hoặc sử dụng phần lớn tài sản của doanh nghiệp trong dài hạn; ở một số trường hợp ngoại lệ, có thể kiểm soát nhờ các quyền hoặc hợp đồng trao quyền quyết định về hoạt động kinh doanh hay những quyết định quan trọng khác của doanh nghiệp.

Việc nhà nước có "quyền chi phối quyết định" hay không cần được đánh giá riêng cho từng trường hợp cụ thể, cân nhắc tất cả bối cảnh liên quan. Ví dụ, việc các quyền đặc biệt, cổ phần đặc biệt hoặc các quy định pháp lý (ở một số quốc gia gọi là "cổ phần vàng" chỉ mang tính kiểm soát nếu mức độ quyền hạn mà chúng trao cho nhà nước là đáng kể. Ngoài ra, nếu nhà nước nắm giữ cổ phần thiểu số nhưng vẫn có những yếu tố bổ sung (chẳng hạn cơ cấu cổ phần, thỏa thuận cổ đông, v.v.) cho phép nhà nước chi phối thực tế, Doanh nghiệp Nhà nước đó vẫn thuộc phạm vi áp dụng của *Bộ Hướng dẫn*. Việc nhà nước trao độc quyền cho một doanh nghiệp trong một số trường hợp có thể dẫn đến trạng thái doanh nghiệp bị nhà nước kiểm soát. Ngược lại, sự can thiệp của nhà nước vào quyết định doanh nghiệp thông qua cơ chế điều tiết hợp pháp (bona fide regulation) thường không được xem là kiểm soát.

Những tổ chức không đáp ứng tiêu chí nêu trên, hoặc trong đó nhà nước chỉ ủy quyền biểu quyết (nhưng nắm gián tiếp qua các công ty quản lý tài sản, nhà đầu tư tổ chức như quỹ hưu trí, v.v.) sẽ không được xem là Doanh nghiệp Nhà nước. Theo *Bộ hướng dẫn*, những doanh nghiệp mà nhà nước nắm giữ (sở hữu hoặc kiểm soát) với thời hạn ngắn và xác định rõ, phát sinh do phá sản, thanh lý hoặc bảo hộ... thường không được coi là Doanh nghiệp Nhà nước. Hơn nữa, các phương thức kiểm soát khác nhau có thể nảy sinh những vấn đề quản trị khác nhau. Trong toàn bộ Bộ hướng dẫn, thuật ngữ "thuộc sở hữu nhà nước" được hiểu là do nhà nước sở hữu hoặc kiểm soát; và "Doanh nghiệp Nhà nước" được hiểu là doanh nghiệp do nhà nước sở hữu hoặc kiểm soát, trừ trường hợp quy định khác.

Cơ cấu tập đoàn. Doanh nghiệp Nhà nước cũng có thể nằm trong cơ cấu tập đoàn nếu công ty mẹ là Doanh nghiệp Nhà nước, một pháp nhân tương đương hoặc công ty cổ phần thuộc sở hữu nhà nước. Khi xem xét quyền kiểm soát trong mô hình tập đoàn, cần xác định ở từng cấp, đôi khi đòi hỏi đánh giá chi tiết. Trong mô hình này, quyền của công ty mẹ (là Doanh nghiệp Nhà nước) đối với công ty con về cơ bản giống quyền của công ty mẹ thuộc khu vực tư nhân hoặc đại chúng. Theo đó, một số quy định trong *Bộ Hướng dẫn* liên quan tới "Cơ quan đại diện chủ sở hữu" sẽ áp dụng cho công ty mẹ (là Doanh nghiệp Nhà nước), thay vì áp dụng trực tiếp cho nhà nước. Các hướng dẫn chi tiết sẽ nêu rõ trong từng trường hợp.

Hoạt động kinh tế. "Hoạt động kinh tế" được hiểu là việc cung cấp hàng hóa hoặc dịch vụ trên một thị trường nhất định, trong đó về nguyên tắc, một đơn vị tư nhân có thể tham gia nhằm mục đích sinh lợi. Cấu trúc thị trường có mang tính cạnh tranh, độc quyền nhóm hay độc quyền không phải yếu tố quyết định để xác định một hoạt động có phải là hoạt động kinh tế hay không. Các loại phí sử dụng mang tính bắt buộc donhà nước áp đặt thường không được coi là hoạt động bán hàng hóa hoặc dịch vụ trên thị trường. Nói chung, hoạt động kinh tế diễn ra trong những thị trường đã hoặc có tiềm năng hình thành cạnh tranh nếu luật và quy định hiện hành cho phép.

Cân nhắc thương mại. "Cân nhắc thương mại" có nghĩa là các yếu tố liên quan đến giá cả, chất lượng, khả năng cung ứng, tính thị trường, vận chuyển và các điều khoản và điều kiện mua bán khác, hoặc các yếu tố khác mà một doanh nghiệp thuộc sở hữu tư nhân hoặc hoạt động theo cơ chế thị trường trong ngành nghề liên quan thường xem xét trong các quyết định kinh doanh của mình.

Mục tiêu chính sách công. "Mục tiêu chính sách công" là những mục tiêu phục vụ lợi ích công cộng trong phạm vi thẩm quyền cụ thể, bao gồm việc thực hiện "nghĩa vụ dịch vụ công" cũng như các nghĩa vụ đặc biệt khác. Đây có thể là những mục tiêu phụ trợ bên cạnh mục tiêu tài chính. Trong nhiều trường hợp, các mục tiêu chính sách công lẽ ra có thể do cơ quan chính phủ thực thi, nhưng được giao cho Doanh nghiệp Nhà nước vì lý do hiệu quả hoặc vì những lý do khác.

Nghĩa vụ dịch vụ công (Public Service Obligations, PSO). PSO là các nghĩa vụ áp đặt lên nhà cung cấp dịch vụ công nhằm bảo đảm người dùng có khả năng tiếp cận các dịch vụ kinh tế hoặc xã hội thiết yếu – những dịch vụ mà thị trường hoặc không cung cấp được, hoặc không cung cấp đủ mức đáp ứng PSO theo các tiêu chí thương mại. Việc thiết kế và cơ chế triển khai PSO có thể rất khác nhau giữa các quốc gia, nhưng nhìn chung bao gồm những quy định về dịch vụ phổ cập, đảm bảo khả năng chi trảdo cơ quan công quyền áp đặt.

Cơ quan chủ quản các Doanh nghiệp Nhà nước (cơ cấu Hội đồng Quản trị). Cơ cấu và quy trình hoạt động của Hội đồng Quản trị trong Doanh nghiệp Nhà nước có thể khác biệt giữa các quốc gia và thậm chí trong cùng một quốc gia. Một số nơi áp dụng mô hình hai cấp, tách bạch chức năng giám sát (không điều hành) và quản lý, gọi là "ban kiểm soát" và "Ban Điều hành". Ở các nơi khác, mô hình Hội đồng Quản trị một cấp gộp chung Thành viên Hội đồng Quản trị không điều hành và điều hành trong cùng một tổ chức. *Bộ Hướng dẫn* không ủng hộ một mô hình Hội đồng Quản trị cụ thể nào, vì cả hai đều có thể đáp ứng mục tiêu hướng đến kết quả như khuyến nghị của *Bộ Hướng dẫn*.

Bộ Hướng dẫn áp dụng cho tất cả Hội đồng Quản trị có chức năng Quản trị Công ty và giám sát hoạt động quản lý. Trong mô hình hai cấp, khi *Bộ Hướng dẫn* nhắc đến "Hội đồng Quản trị", ý chỉ "ban kiểm soát", còn "các giám đốc điều hành chủ chốt" ý chỉ "Ban Điều hành".

Nhiều Hội đồng Quản trị có thành viên độc lập, nhưng tiêu chí và phạm vi xác định tính độc lập khác nhau giữa các quốc gia và bộ quy tắc quản trị. Nhìn chung, "Thành viên Hội đồng Quản trị độc lập" là người không có lợi ích vật chất (bao gồm thù lao trực tiếp hoặc gián tiếp từ doanh nghiệp hay tập đoàn của doanh nghiệp, ngoài khoản phí cho vai trò Thành viên Hội đồng Quản trị); không có mối quan hệ với doanh nghiệp (Thành viên Hội đồng Quản trị không điều hành), với nhà nước (không phải cán bộ, công chức, viên chức), hoặc với cổ đông lớn khác, cũng như với các tổ chức và nhóm lợi ích có liên quan đến hoạt động của Doanh nghiệp Nhà nước, có thể tạo ra xung đột lợi ích cản trở các quyết định mang tính khách quan. Thành viên Hội đồng Quản trị độc lập cần được lựa chọn dựa trên năng lực, tư duy độc lập và trình độ phù hợp để thực hiện trách nhiệm.

Trong *Bộ Hướng dẫn*, "Chủ tịch" là để chỉ Chủ tịch Hội đồng Quản trị (trong mô hình một cấp) hoặc Trưởng ban kiểm soát (trong mô hình hai cấp). "Tổng giám đốc điều hành" (CEO) là người giữ vai trò điều hành cao nhất trong Doanh nghiệp Nhà nước (thường đứng đầu Ban Điều hành trong mô hình hai cấp), chịu trách nhiệm tổ chức và quản lý hoạt động kinh doanh, triển khai chiến lược của doanh nghiệp, đồng thời phải báo cáo và chịu trách nhiệm trước Hội đồng Quản trị (trong mô hình một cấp) hoặc ban giám sát (trong mô hình hai cấp).

Các Doanh nghiệp Nhà nước niêm yết. Một số nội dung trong *Bộ Hướng dẫn* hướng đến "Doanh nghiệp Nhà nước niêm yết", tức Doanh nghiệp Nhà nước có cổ phiếu giao dịch công khai. Ở một số nước, Doanh nghiệp Nhà nước phát hành cổ phiếu ưu đãi, trái phiếu hoặc công cụ tài chính khác trên sàn giao dịch cũng có thể được xem là niêm yết. Khi áp dụng *Bộ Hướng dẫn* cho Doanh nghiệp Nhà nước niêm yết, cần bảo đảm tính tương thích với Bộ nguyên tắc Quản trị Công ty của G20/OECD và các khung Quản trị Công ty áp dụng cho doanh nghiệp niêm yết.

Cơ quan đại diện chủ sở hữu. "Cơ quan đại diện chủ sở hữu" là cơ quan của nhà nước chịu trách nhiệm thực hiện chức năng sở hữu (hoặc thực hiện quyền sở hữu/kiểm soát) đối với Doanh nghiệp Nhà nước. Cơ quan đại diện chủ sở hữu có thể là một cơ quan nhà nước duy nhất, một cơ quan điều phối, một bộ hoặc tổ chức công khác, hay một công ty cổ phần thuộc sở hữu nhà nước (State-Owned Holding Company, SOHC). Trong *Bộ Hướng dẫn* và phần "Chú thích", khái niệm "Cơ quan đại diện chủ sở hữu" được sử dụng mà không hàm ý ủng hộ một mô hình sở hữu nào. Nếu một quốc gia chưa chỉ định rõ một cơ quan chính phủ hay SOHC đóng vai trò chủ yếu trong sở hữu nhà nước, điều đó cũng không cản trở việc áp dụng các khuyến nghị còn lại, trừ khi có quy định khác.

Các bên hữu quan. "Các bên hữu quan" (stakeholders) thường bao gồm những đối tượng không phải là cổ đông, như người lao động, chủ nợ, khách hàng, nhà cung cấp và cộng đồng chịu ảnh hưởng.

Phạm vi áp dụng

Bộ Hướng dẫn được áp dụng cho mọi Doanh nghiệp Nhà nước có hoạt động kinh tế, kể cả các ngân hàng do nhà nước sở hữu và các tổ chức tài chính thuộc sở hữu nhà nước khác. Những hoạt động vì lợi ích chung (phi lợi nhuận hoặc nhằm bù đắp chi phí) thường không được xem là hoạt động kinh tế. Việc áp dụng Bộ hướng dẫn cần linh hoạt, có tính đến nguyên tắc tương xứng, phụ thuộc quy mô, bối cảnh và mức độ định hướng thương mại của từng Doanh nghiệp Nhà nước.

Thông thường, *Bộ Hướng dẫn không* áp dụng cho những tổ chức được thành lập nhằm thực hiện chức năng thuộc chính phủ nói chung (chẳng hạn ngân hàng trung ương hoặc cơ quan quản lý), ngay cả khi tổ chức đó mang hình thức doanh nghiệp. Doanh nghiệp Nhà nước chỉ thực hiện nghĩa vụ dịch vụ công (PSO) có thể chỉ cần tuân thủ một số quy định liên quan trong *Bộ Hướng dẫn*, nhất là những nội dung về quản trị, phát triển bền vững, liêm chính và minh bạch. Theo nguyên tắc chung, các cơ quan cấp địa phương chịu trách nhiệm sở hữu Doanh nghiệp Nhà nước cũng nên cố gắng áp dụng tối đa khuyến nghị phù hợp của *Bộ Hướng dẫn*, bao gồm cả khía cạnh về cạnh tranh bình đẳng trên thị trường.

I. Lý do cho việc nhà nước đóng vai trò Chủ sở hữu

Nhà nước thực hiện quyền sở hữu Doanh nghiệp Nhà nước vì lợi ích của toàn dân. Nhà nước cần đánh giá cẩn trọng và công bố rõ các lý do cho việc duy trì sở hữu nhà nước, đồng thời tiến hành rà soát định kỳ các lý do này.

I.A. Mục đích cuối cùng của sở hữu nhà nước đối với doanh nghiệp là tối đa hóa giá trị lâu dài cho xã hội, theo cách hiệu quả và bền vững.

I.B. Chính phủ nên xây dựng một chính sách sở hữu rõ ràng. Chính sách này, bao gồm nhưng không giới hạn, cần xác định cụ thể các lý do và mục tiêu tổng thể của việc sở hữu nhà nước, vai trò của chính phủ và các cổ đông khác trong việc quản trị Doanh nghiệp Nhà nước, cách thức chính phủ triển khai chính sách sở hữu, cũng như phân định vai trò và trách nhiệm của các cơ quan chính phủ có liên quan đến việc triển khai chính sách này.

I.C. Chính sách sở hữu phải chịu sự giám sát phù hợp của các cơ quan đại diện liên quan và được công bố rộng rãi. Chính phủ nên định kỳ rà soát chính sách sở hữu và đánh giá kết quả thực hiện.

I.D. Nhà nước cần xác định rõ lý do sở hữu đối với từng Doanh nghiệp Nhà nước và tiến hành rà soát định kỳ. Các lý do về quyền sở hữu, cùng với bất kỳ mục tiêu chính sách công nào mà một Doanh nghiệp Nhà nước hoặc một nhóm Doanh nghiệp Nhà nước nhất định phải đảm nhiệm, cần gắn chặt với hoạt động kinh doanh chính của doanh nghiệp, được cơ quan có thẩm quyền phê duyệt và công bố công khai.

II. Vai trò của nhà nước với tư cách là chủ sở hữu

Nhà nước cần hành động như một chủ sở hữu am hiểu và chủ động, bảo đảm việc quản trị Doanh nghiệp Nhà nước được thực hiện một cách minh bạch, có trách nhiệm, với mức độ chuyên nghiệp và hiệu quả cao.

II.A. Chính phủ nên đơn giản hóa và chuẩn hóa các hình thức pháp lý để Doanh nghiệp Nhà nước hoạt động. Phương thức vận hành của Doanh nghiệp Nhà nước cần tuân thủ các chuẩn mực Quản trị Công ty được công nhận rộng rãi.

II.B. Nhà nước phải xác định rõ kỳ vọng của chủ sở hữu, cho phép Doanh nghiệp Nhà nước tự chủ hoàn toàn trong việc thực thi nhằm đáp ứng các kỳ vọng đó, và tránh can thiệp vào hoạt động điều hành Doanh nghiệp Nhà nước. Khi đóng vai trò cổ đông, chính phủ chỉ nên điều chỉnh lại kỳ vọng một cách minh bạch và chỉ trong trường hợp có sự thay đổi căn bản về sứ mệnh của doanh nghiệp.

II.C. Nhà nước nên để Hội đồng Quản trị của Doanh nghiệp Nhà nước thực hiện đầy đủ trách nhiệm của mình, tôn trọng tính độc lập của Hội đồng Quản trị. Cơ quan đại diện chủ sở hữu (cơ quan chủ sở hữu) cần thiết lập và duy trì cơ chế liên lạc phù hợp với cơ quan quản lý cao nhất của Doanh nghiệp Nhà nước, thường là thông qua Chủ tịch Hội đồng Quản trị.

II.D. Việc thực thi quyền sở hữu cần được quy định rõ trong cơ cấu hành chính nhà nước và nên tập trung tại một cơ quan đại diện chủ sở hữu duy nhất. Nếu không thể, các chức năng liên quan đến sở hữu phải được điều phối bởi một cơ quan được ủy quyền rõ ràng, có nhiệm vụ hành động cho toàn bộ chính phủ.

II.E. Cơ quan đại diện chủ sở hữu phải có đủ năng lực và chuyên môn để thực hiện hiệu quả chức năng, đồng thời chịu trách nhiệm trước các cơ quan đại diện có thẩm quyền. Đơn vị này cũng cần duy trì mối quan hệ minh bạch, được xác định rõ ràng với các cơ quan, tổ chức công quyền có liên quan.

II.F. Nhà nước cần hành động như một chủ sở hữu am hiểu và chủ động, thực thi quyền sở hữu phù hợp với cấu trúc pháp lý của từng doanh nghiệp, cũng như tỉ lệ sở hữu hoặc mức độ kiểm soát đang nắm giữ. Các trách nhiệm chính của đơn vị chủ sở hữu gồm có:

II.F.1. Tham gia Đại hội đồng cổ đông và thực hiện hiệu quả quyền biểu quyết.

II.F.2. Thiết lập và bảo vệ quy trình đề cử Thành viên Hội đồng Quản trị một cách minh bạch, dựa trên năng lực và tiêu chí rõ ràng; tích cực tham gia đề cử Thành viên Hội đồng Quản trị của tất cả Doanh nghiệp Nhà nước, đồng thời thúc đẩy sự đa dạng (về giới tính, chuyên môn, v.v.) trong Hội đồng Quản trị và Ban Điều hành.

II.F.3. Thiết lập và giám sát việc thực hiện các nhiệm vụ và kỳ vọng tổng thể cho Doanh nghiệp Nhà nước, bao gồm mục tiêu tài chính, mục tiêu về cơ cấu vốn, mức độ chấp nhận rủi ro và các yêu cầu về phát triển bền vững, phù hợp với lý do sở hữu nhà nước.

II.F.4. Xây dựng hệ thống báo cáo cho phép cơ quan đại diện chủ sở hữu thường xuyên theo dõi và đánh giá kết quả hoạt động của Doanh nghiệp Nhà nước, giám sát việc tuân thủ các tiêu chuẩn Quản trị Công ty liên quan (kể cả việc ứng dụng công nghệ số).

II.F.5. Phát triển chính sách công bố thông tin cho Doanh nghiệp Nhà nước, xác định nội dung cần được công bố công khai, kênh công bố thông tin phù hợp và cơ chế bảo đảm chất lượng thông tin.

II.F.6. Khi phù hợp và được hệ thống pháp luật cùng mức độ sở hữu của chính phủ cho phép, duy trì đối thoại thường xuyên với kiểm toán viên độc lập và các cơ quan kiểm soát chuyên trách của nhà nước.

II.F.7. Bảo đảm việc thực hiện quyền sở hữu được tiến hành đồng bộ, khi quyền này được trao cho nhiều cơ quan đại diện chủ sở hữu cùng tham gia.

II.F.8. Xây dựng chính sách đãi ngộ mang tính tổng thể, minh bạch dành cho Hội đồng Quản trị của Doanh nghiệp Nhà nước, hướng đến lợi ích trung hạn và dài hạn của doanh nghiệp, có khả năng thu hút và thúc đẩy những chuyên gia đủ năng lực.

III. Doanh nghiệp Nhà nước trên thị trường

Phù hợp với lý do của việc nhà nước đóng vai trò chủ sở hữu, khuôn khổ pháp lý, quy định và chính sách dành cho Doanh nghiệp Nhà nước phải bảo đảm một môi trường cạnh tranh công bằng trên thị trường khi Doanh nghiệp Nhà nước tham gia hoạt động kinh tế.

III.A. Cần có sự phân tách rành mạch giữa chức năng chủ sở hữu nhà nước và các chức năng nhà nước khác có khả năng tác động đến điều kiện thị trường đối với Doanh nghiệp Nhà nước, nhất là về quản lý, điều tiết thị trường và hoạch định chính sách.

III.B. Các bên liên quan và đối tượng quan tâm khác (bao gồm đối thủ cạnh tranh) phải được tiếp cận cơ chế khiếu nại và giải quyết tranh chấp hiệu quả (như thủ tục pháp lý, hòa giải hoặc trọng tài độc lập) nếu quyền lợi của họ bị xâm phạm. Hình thức pháp lý của Doanh nghiệp Nhà nước cần cho phép Doanh nghiệp Nhà nước được khởi xướng thủ tục phá sản và chủ nợ có quyền yêu cầu đòi nợ.

III.C. Khi Doanh nghiệp Nhà nước được giao thực hiện các nghĩa vụ dịch vụ công, các nghĩa vụ đó phải được xác định một cách cụ thể và minh bạch, bảo đảm phân bổ chính xác chi phí và nguồn thu. Cụ thể:

> **III.C.1.** Phải duy trì tiêu chuẩn cao về tính minh bạch và công bố thông tin liên quan đến chi phí và nguồn thu.
>
> **III.C.2.** Các chi phí ròng liên quan đến việc thực hiện nghĩa vụ dịch vụ công cần được tài trợ riêng, ở mức phù hợp và được công bố rõ, bảo đảm khoản bù đắp này không sử dụng cho hình thức trợ cấp chéo.

III.D. Theo nguyên tắc chung, Doanh nghiệp Nhà nước không được sử dụng để thực hiện việc trợ cấp hoặc tạo lợi thế cạnh tranh cho các hoạt động thương mại khác. Trường hợp Doanh nghiệp Nhà nước được giao thực hiện các biện pháp hỗ trợ nhằm thực hiện mục tiêu chính sách công, cần bảo đảm: (i) các biện pháp hỗ trợ phù hợp với quy định của pháp luật về cạnh tranh và pháp luật về thương mại hiện hành; (ii) Phương thức hỗ trợ và nguồn kinh phí được xác định và công bố rõ ràng; (iii) Không gây bất lợi không công bằng cho các doanh nghiệp thương mại khác.

III.E. Chính phủ không được miễn trừ Doanh nghiệp Nhà nước (khi tham gia hoạt động kinh tế) khỏi phạm vi điều chỉnh, thực thi của luật pháp, quy định hay các cơ chế dựa trên thị trường. Đồng thời, nhà nước phải bảo đảm trung lập về thuế, nợ và quy định, ngăn chặn sự phân biệt đối xử quá mức giữa Doanh nghiệp Nhà nước và đối thủ cạnh tranh.

III.F. Hoạt động kinh tế của Doanh nghiệp Nhà nước phải tuân thủ các điều kiện phù hợp với thị trường, kể cả trong tiếp cận nguồn vốn vay và vốn chủ sở hữu. Cụ thể:

> **III.F.1.** Mọi quan hệ kinh doanh của Doanh nghiệp Nhà nước (bao gồm với các tổ chức tài chính) phải dựa trên cơ sở thương mại thuần túy.
>
> **III.F.2.** Hoạt động kinh tế của Doanh nghiệp Nhà nước không được nhận hoặc cung cấp bất kỳ hỗ trợ tài chính (trực tiếp hoặc gián tiếp) nào đem lại lợi thế so với đối thủ tư nhân, như ưu đãi vay nợ, ưu đãi góp vốn, bảo lãnh, miễn giảm thuế hay tín dụng thương mại ưu đãi.
>
> **III.F.3.** Hoạt động kinh tế của Doanh nghiệp Nhà nước không được tiếp nhận hoặc cung cấp các đầu vào hiện vật (ví dụ: hàng hóa, năng lượng, nước, bất động sản, quyền truy cập dữ liệu, đất

đai, lao động) hoặc thoả thuận (quyền tiếp cận hoặc sử dụng hạ tầng, nhượng quyền) với giá hoặc điều kiện ưu đãi hơn so với điều kiện dành cho doanh nghiệp tư nhân.

III.F.4. Doanh nghiệp Nhà nước hoạt động kinh tế phải được yêu cầu đạt tỉ suất lợi nhuận bền vững tương đương doanh nghiệp tư nhân cạnh tranh trong điều kiện tương đồng, ngoại trừ phần chi phí và lợi ích liên quan đến việc thực thi nghĩa vụ dịch vụ công.

III.G. Khi Doanh nghiệp Nhà nước tham gia mua sắm công – dù là bên mời thầu hay bên dự thầu – thủ tục mua sắm phải đảm bảo tính minh bạch, cạnh tranh, dựa trên tiêu chí lựa chọn công bằng, khách quan, khuyến khích đa dạng nhà thầu, đồng thời áp dụng các tiêu chuẩn phù hợp về tính liêm chính, minh bạch. Mục tiêu là tránh việc Doanh nghiệp Nhà nước hoặc các đối thủ hay nhà cung cấp tiềm năng của Doanh nghiệp Nhà nước bị ảnh hưởng hoặc gánh chịu lợi thế/bất lợi quá mức.

III.H. Khi hoạt động kinh tế của Doanh nghiệp Nhà nước có ảnh hưởng đến thương mại, đầu tư hoặc cạnh tranh, Doanh nghiệp Nhà nước phải thực hiện toàn bộ hoạt động kinh doanh của mình (ngoại trừ các nghĩa vụ dịch vụ công) trên cơ sở các nguyên tắc thương mại. Đồng thời, doanh nghiệp phải tuân thủ các chuẩn mực về hành vi kinh doanh có trách nhiệm và duy trì tiêu chuẩn cao về tính liêm chính.

IV. Đối xử công bằng với cổ đông và các nhà đầu tư khác

Khi Doanh nghiệp Nhà nước được niêm yết, hoặc có sự tham gia của nhà đầu tư ngoài nhà nước trong cơ cấu sở hữu, nhà nước và doanh nghiệp cần thừa nhận quyền lợi của mọi cổ đông (bao gồm cổ đông thiểu số, cổ đông nước ngoài), bảo đảm đối xử công bằng và tạo điều kiện cho tất cả cổ đông tiếp cận thông tin doanh nghiệp một cách bình đẳng.

IV.A. Nhà nước nên nỗ lực tuân thủ đầy đủ Bộ nguyên tắc Quản trị Công ty của G20/OECD trong trường hợp nhà nước không phải chủ sở hữu duy nhất của Doanh nghiệp Nhà nước, cũng như cố gắng tuân thủ tất cả mục liên quan nếu nhà nước là chủ sở hữu duy nhất. Về bảo vệ quyền cổ đông, cần chú ý:

IV.A.1. Nhà nước và Doanh nghiệp Nhà nước phải bảo đảm tất cả cổ đông được đối xử công bằng.

IV.A.2. Doanh nghiệp Nhà nước cần duy trì mức độ minh bạch cao, bảo đảm công bố thông tin cập nhật đồng thời, bình đẳng cho toàn thể cổ đông.

IV.A.3. Doanh nghiệp Nhà nước nên xây dựng chính sách chủ động khi truyền thông và tham vấn với mọi cổ đông.

IV.A.4. Việc tham gia và thực hiện quyền biểu quyết, cũng như các các quyền khác của tất cả cổ đông (kể cả cổ đông thiểu số) tại Đại hội đồng cổ đông cần được tạo điều kiện thuận lợi để họ có thể đóng góp vào các quyết định quan trọng của công ty (ví dụ: bầu Hội đồng Quản trị). Pháp luật nên cho phép tổ chức Đại hội đồng cổ đông theo hình thức trực tuyến hoặc từ xa để giảm thiểu chi phí và mở rộng cơ hội tham gia. Các cuộc họp này phải bảo đảm sự bình đẳng về quyền tiếp cận thông tin và cơ hội tham dự đối với mọi cổ đông.

IV.A.5. Mọi giao dịch giữa nhà nước và Doanh nghiệp Nhà nước, hoặc giữa Doanh nghiệp Nhà nước với nhau, phải tuân theo quy định của thị trường.

IV.B. Doanh nghiệp Nhà nước đã niêm yết cần tuân thủ đầy đủ các quy tắc Quản trị Công ty của quốc gia. Đối với các Doanh nghiệp Nhà nước chưa niêm yết, trong khả năng có thể, cũng nên hướng tới việc áp dụng các quy tắc này.

IV.C. Trường hợp Doanh nghiệp Nhà nước được yêu cầu thực thi các mục tiêu chính sách công có ảnh hưởng trọng yếu đến hiệu quả, kết quả kinh doanh và khả năng tồn tại của doanh nghiệp, thì thông tin đầy đủ về các mục tiêu này phải được công khai minh bạch cho tất cả cổ đông (bao gồm cả cổ đông ngoài nhà nước).

IV.D. Khi Doanh nghiệp Nhà nước tham gia vào dự án hợp tác (liên doanh, đối tác công - tư), các bên ký kết phải bảo đảm quyền và nghĩa vụ theo hợp đồng được tôn trọng, và tranh chấp được giải quyết kịp thời, khách quan.

V. Công bố thông tin, minh bạch và trách nhiệm giải trình

Doanh nghiệp Nhà nước cần tuân thủ các tiêu chuẩn cao về tính minh bạch, trách nhiệm giải trình và liêm chính, đồng thời áp dụng các chuẩn mực kế toán, công bố thông tin, tuân thủ và kiểm toán với chất lượng cao tương đương như các công ty niêm yết.

V.A. Doanh nghiệp Nhà nước phải báo cáo và công bố mọi vấn đề trọng yếu liên quan đến doanh nghiệp, phù hợp với các chuẩn mực kế toán và công bố thông tin chất lượng cao, được quốc tế công nhận. Những thông tin này có thể bao gồm các lĩnh vực được nhà nước (với tư cách chủ sở hữu) và công chúng đặc biệt quan tâm. Các kênh phổ biến thông tin cần cho phép công chúng được tiếp cận miễn phí và kịp thời. Tùy theo năng lực và quy mô của doanh nghiệp, ví dụ về các nội dung công bố bao gồm:

V.A.1. Mục tiêu hoạt động của doanh nghiệp và mức độ hoàn thành các mục tiêu đó, bao gồm bất kỳ nhiệm vụ nào do cơ quan đại diện chủ sở hữu nhà nước giao phó.

V.A.2. Kết quả tài chính và kết quả hoạt động của doanh nghiệp, bao gồm các khoản chi phí và cơ chế tài trợ liên quan đến nghĩa vụ dịch vụ công (nếu có).

V.A.3. Cấu trúc quản trị, quyền sở hữu, hình thức pháp lý và cơ cấu biểu quyết của doanh nghiệp hay tập đoàn, cũng như mọi công ty con quan trọng, bao gồm nội dung của bất kỳ quy tắc Quản trị Công ty hoặc chính sách và quy trình thực hiện nào.

V.A.4. Thù lao của các Thành viên Hội đồng Quản trị và các giám đốc điều hành chủ chốt.

V.A.5. Thành phần Hội đồng Quản trị và thông tin từng thành viên, gồm trình độ của Thành viên Hội đồng Quản trị, quy trình lựa chọn, chính sách đa dạng về thành phần Hội đồng Quản trị, vai trò của họ trong Hội đồng Quản trị của doanh nghiệp khác hoặc trong nhà nước (nếu có), và phân loại là thành viên độc lập (nếu có).

V.A.6. Bất kỳ rủi ro trọng yếu nào có thể dự báo được và các biện pháp để quản trị rủi ro đó.

V.A.7. Mọi hỗ trợ tài chính (dù trực tiếp hay gián tiếp), gồm cả bảo lãnh, do nhà nước cung cấp, và các cam kết được đưa ra thay mặt Doanh nghiệp Nhà nước; bao gồm nghĩa vụ hợp đồng và trách nhiệm pháp lý phát sinh từ hợp tác công - tư hoặc từ việc tham gia liên doanh.

V.A.8. Mọi giao dịch trọng yếu với nhà nước và các tổ chức có liên quan khác.

V.A.9. Thông tin về các khoản nợ trọng yếu, ví dụ như hợp đồng vay nợ, bao gồm cả rủi ro vi phạm các điều khoản trong hợp đồng.

V.A.10. Thông tin liên quan đến phát triển bền vững.

V.B. Doanh nghiệp Nhà nước phải thiết lập một hệ thống quản trị rủi ro nhằm nhận diện, quản lý, kiểm soát và báo cáo các rủi ro. Hệ thống này phải được coi là một phần không thể tách rời trong quá trình thực hiện mục tiêu kinh doanh, với một tập hợp các chương trình kiểm soát nội bộ, chính sách đạo đức và tuân thủ được thiết kế một cách đồng bộ, mạch lạc và toàn diện.

V.C. Doanh nghiệp Nhà nước cần thành lập một bộ phận kiểm toán nội bộ có đủ năng lực, quyền tự chủ và tính chuyên nghiệp để thực hiện nhiệm vụ của mình. Bộ phận này phải được giám sát và báo cáo trực tiếp cho Hội đồng Quản trị và cho Ủy ban Kiểm toán hoặc cơ quan quản trị tương đương (nếu có).

V.D. Hằng năm, Doanh nghiệp Nhà nước phải được kiểm toán bên ngoài bởi đơn vị kiểm toán độc lập, có năng lực và trình độ phù hợp, tuân thủ các chuẩn mực kiểm toán, đạo đức và độc lập được quốc tế công nhận, nhằm cung cấp sự bảo đảm hợp lý cho Hội đồng Quản trị và các cổ đông rằng báo cáo tài chính của Doanh nghiệp Nhà nước được lập đầy đủ, phản ánh trung thực các vấn đề trọng yếu và tuân thủ khung báo cáo tài chính áp dụng. Các quy trình kiểm soát nội bộ của nhà nước và các cơ chế kiểm toán không thay thế được kiểm toán độc lập bên ngoài.

V.E. Cơ quan đại diện chủ sở hữu cần xây dựng báo cáo thống nhất về Doanh nghiệp Nhà nước và công bố hằng năm báo cáo tổng hợp về Doanh nghiệp Nhà nước, nêu các vấn đề trọng yếu bao gồm thông tin liên quan đến phát triển bền vững, khía cạnh quản trị và mức độ hoàn thành các mục tiêu chính sách công. Thông tin này cần cung cấp một bức tranh toàn diện, rõ ràng và đáng tin cậy về danh mục Doanh nghiệp Nhà nước, đạt chất lượng cao, có thể so sánh, ngắn gọn và được công bố công khai (bao gồm qua các kênh truyền thông kỹ thuật số).

VI. Thành phần và trách nhiệm của Hội đồng Quản trị của Doanh nghiệp Nhà nước

Nhà nước phải đảm bảo rằng Hội đồng Quản trị của Doanh nghiệp Nhà nước có đầy đủ thẩm quyền, năng lực và tính khách quan để thực hiện các chức năng định hướng chiến lược, giám sát quản trị rủi ro và theo dõi hoạt động quản lý. Hội đồng Quản trị cần hành động với tính liêm chính cao và chịu trách nhiệm về các quyết định của mình.

VI.A. Hội đồng Quản trị của Doanh nghiệp Nhà nước phải được giao nhiệm vụ rõ ràng và chịu trách nhiệm cao nhất về hiệu quả hoạt động của doanh nghiệp. Vai trò và nghĩa vụ của Hội đồng Quản trị cần được quy định cụ thể trong pháp luật, ưu tiên theo luật doanh nghiệp. Các Thành viên Hội đồng Quản trị phải hành động trên cơ sở có đầy đủ thông tin, trung thành, trung thực, cẩn trọng và vì lợi ích tốt nhất của doanh nghiệp và cổ đông, đồng thời cân nhắc lợi ích của các bên liên quan.

VI.B. Hội đồng Quản trị Doanh nghiệp Nhà nước cần thực hiện hiệu quả chức năng kiểm soát và định hướng chiến lược, giám sát Ban Điều hành dựa trên các nhiệm vụ và kỳ vọng do cổ đông đề ra. Hội đồng Quản trị phải có quyền bổ nhiệm và miễn nhiệm Tổng giám đốc (CEO), đồng thời cần điều chỉnh mức thù lao của Ban Điều hành sao cho phù hợp với lợi ích lâu dài của doanh nghiệp và cổ đông.

VI.C. Thành phần của Hội đồng Quản trị phải cho phép việc đưa ra các quyết định một cách khách quan và độc lập. Tất cả các Thành viên Hội đồng Quản trị, bao gồm cả công chức hoặc cán bộ nhà nước, phải được đề cử hoặc bổ nhiệm dựa trên năng lực chuyên môn liên quan đến lĩnh vực hoạt động và đặc thù kinh doanh của doanh nghiệp, và phải chịu trách nhiệm pháp lý ngang nhau.

VI.D. Số lượng hợp lý các Thành viên Hội đồng Quản trị độc lập cần có mặt trong Hội đồng Quản trị và trong các ủy ban chuyên trách trực thuộc Hội đồng Quản trị.

VI.E. Cần thiết lập các cơ chế nhằm phòng ngừa xung đột lợi ích, bảo đảm mọi Thành viên Hội đồng Quản trị có thể thực hiện nhiệm vụ một cách khách quan và hạn chế sự can thiệp chính trị vào quy trình hoạt động của Hội đồng Quản trị. Các chính trị gia đang nắm giữ vị trí có thể tác động đáng kể đến điều kiện hoạt động của Doanh nghiệp Nhà nước không nên tham gia vào Hội đồng Quản trị. Những người từng giữ các vị trí này cần tuân thủ thời gian "cách ly" *(cooling-off period)* theo quy định trước khi được phép tham gia. Công chức và các cán bộ nhà nước khác có thể tham gia Hội đồng Quản trị nếu việc bổ nhiệm dựa trên năng lực và tuân thủ các yêu cầu về xung đột lợi ích.

VI.F. Theo thông lệ tốt, Chủ tịch Hội đồng Quản trị cần phải độc lập và đảm bảo vai trò của mình tách biệt với Tổng giám đốc (CEO). Chủ tịch Hội đồng Quản trị chịu trách nhiệm về hiệu quả hoạt động của Hội đồng Quản trị và, khi cần thiết, phối hợp với các Thành viên Hội đồng Quản trị khác để làm đầu mối liên lạc với cơ quan đại diện chủ sở hữu nhà nước.

VI.G. Khi việc đại diện người lao động trong Hội đồng Quản trị được quy định hoặc phổ biến, cần thiết lập cơ chế đảm bảo rằng sự đại diện đó được thực hiện hiệu quả và góp phần nâng cao năng lực, thông tin và tính độc lập của Hội đồng Quản trị.

VI.H. Hội đồng Quản trị của Doanh nghiệp Nhà nước nên xem xét thành lập các ủy ban chuyên trách gồm những thành viên độc lập và có trình độ chuyên môn, để hỗ trợ Hội đồng Quản trị thực hiện hiệu quả các chức năng của mình, đặc biệt cần ưu tiên thành lập Ủy ban Kiểm toán (hoặc cơ quan tương đương) để giám sát việc công bố thông tin, kiểm soát nội bộ và các vấn đề liên quan đến kiểm toán. Tùy theo quy mô, cấu trúc, độ phức tạp và mức độ rủi ro của Doanh nghiệp Nhà nước, Hội đồng Quản trị có thể thành lập thêm các ủy ban như: Uỷ ban Lương thưởng, Uỷ ban Nhân sự, Uỷ ban Quản trị rủi ro hoặc Uỷ ban Phát triển Bền vững. Nhiệm vụ, thành phần và quy trình hoạt động của các Uỷ ban này phải được quy định rõ ràng và công bố công khai, nhưng Hội đồng Quản trị vẫn phải chịu trách nhiệm cuối cùng về các quyết định được đưa ra. Việc thành lập các ủy ban chuyên trách nhằm tăng cường hiệu quả của Hội đồng Quản trị, nhưng không làm giảm bớt trách nhiệm của toàn bộ Hội đồng Quản trị.

VI.I. Dưới sự chủ trì của Chủ tịch Hội đồng Quản trị, Hội đồng Quản trị Doanh nghiệp Nhà nước phải thường xuyên tiến hành đánh giá bài bản về hiệu quả và hiệu suất hoạt động của mình và xác định xem tập thể Hội đồng Quản trị có sự kết hợp phù hợp về chuyên môn và năng lực (bao gồm cả yếu tố giới tính và các khía cạnh đa dạng khác) hay không.

VI.J. Hội đồng Quản trị Doanh nghiệp Nhà nước phải chủ động giám sát hệ thống quản trị rủi ro. Hội đồng Quản trị cần đảm bảo rằng các hệ thống này được đánh giá và điều chỉnh thường xuyên, phù hợp với hoàn cảnh cụ thể của Doanh nghiệp Nhà nước, nhằm duy trì hiệu quả của các biện pháp kiểm soát nội bộ, chính sách và quy trình.

VII. Doanh nghiệp Nhà nước và Phát triển Bền vững

Khung Quản trị Công ty cần tạo động lực cho cơ quan đại diện chủ sở hữu nhà nước và Doanh nghiệp Nhà nước đưa ra quyết định và quản trị rủi ro theo hướng góp phần tăng cường phát triển bền vững và khả năng chống chịu của Doanh nghiệp Nhà nước và đảm bảo tạo ra giá trị lâu dài. Khi nhà nước có mục tiêu phát triển bền vững, nhà nước với vai trò là chủ sở hữu cần đặt ra các kỳ vọng cụ thể và tham vọng đối với Doanh nghiệp Nhà nước – bao gồm vai trò của Hội đồng Quản trị, yêu cầu minh bạch thông tin và hành vi kinh doanh có trách nhiệm. Chính sách sở hữu cần ghi nhận đầy đủ trách nhiệm của Doanh nghiệp Nhà nước đối với các bên liên quan.

VII.A. Khi nhà nước đã đề ra các mục tiêu phát triển bền vững, các mục tiêu này cần được lồng ghép vào chính sách và thực tiễn sở hữu. Điều này bao gồm:

VII.A.1. Đặt ra những kỳ vọng cụ thể và đầy tham vọng về phát triển bền vững cho các Doanh nghiệp Nhà nước phù hợp với chính sách sở hữu và thực tiễn quản trị. Tôn trọng quyền, đối xử công bằng với mọi cổ đông.

VII.A.2. Truyền đạt và làm rõ kỳ vọng của nhà nước về phát triển bền vững thông qua đối thoại thường xuyên giữa cơ quan đại diện chủ sở hữu và Hội đồng Quản trị.

VII.A.3. Thực hiện đánh giá, giám sát và báo cáo định kỳ về mức độ phù hợp và kết quả thực hiện các kỳ vọng liên quan đến phát triển bền vững của Doanh nghiệp Nhà nước.

VII.B. Nhà nước nên yêu cầu các Hội đồng Quản trị Doanh nghiệp Nhà nước sẽ xem xét đầy đủ các rủi ro và cơ hội phát triển bền vững khi thực hiện các chức năng chính của họ. Các điều kiện tiên quyết sau đây là cần thiết để đảm bảo quản lý hiệu quả vấn đề phát triển bền vững ở cấp độ doanh nghiệp:

VII.B.1. Hội đồng Quản trị Doanh nghiệp nhà nước nên xem xét và định hướng việc phát triển, triển khai và công bố các mục tiêu và chỉ tiêu quan trọng liên quan đến phát triển bền vững như một phần của chiến lược doanh nghiệp.

VII.B.2. Các Doanh nghiệp Nhà nước nên tích hợp các yếu tố phát triển bền vững vào hệ thống quản trị rủi ro và kiểm soát nội bộ của họ, bao gồm cả việc tiến hành thẩm định dựa trên rủi ro.

VII.B.3. Hội đồng Quản trị cần cân nhắc các yếu tố phát triển bền vững khi đánh giá và giám sát hiệu quả hoạt động của Ban Điều hành.

VII.C. Nhà nước nên yêu cầu Doanh nghiệp Nhà nước thực hiện báo cáo và công bố thông tin liên quan đến phát triển bền vững, dựa trên nguyên tắc nhất quán, có thể so sánh và đáng tin cậy:

VII.C.1. Báo cáo và công bố thông tin bền vững cần phù hợp với các chuẩn mực quốc tế có chất lượng cao, được công nhận rộng rãi, nhằm bảo đảm tính nhất quán và khả năng so sánh giữa các thị trường, quốc gia và doanh nghiệp.

VII.C.2. Cần xem xét việc áp dụng theo lộ trình các yêu cầu về dịch vụ bảo đảm độc lập hằng năm đối với báo cáo phát triển bền vững, do tổ chức cung cấp dịch vụ bảo đảm độc lập, có đủ năng lực và điều kiện thực hiện, phù hợp với các chuẩn mực bảo đảm quốc tế có chất lượng cao và được công nhận rộng rãi.

VII.D. Với vai trò là chủ sở hữu, nhà nước cần đặt ra các kỳ vọng cao đối với việc tuân thủ các chuẩn mực về hành vi kinh doanh có trách nhiệm của Doanh nghiệp Nhà nước cùng với các cơ chế hiệu quả để thực hiện các tiêu chuẩn đó. Nhà nước cần thừa nhận đầy đủ trách nhiệm của các Doanh nghiệp Nhà nước đối với các bên liên quan và yêu cầu các Doanh nghiệp Nhà nước báo cáo về mối quan hệ của họ với các bên liên quan. Các kỳ vọng của nhà nước cần được công bố một cách rõ ràng và minh bạch. Cụ thể:

VII.D.1. Chính phủ, cơ quan đại diện chủ sở hữu và Doanh nghiệp Nhà nước cần thừa nhận và tôn trọng quyền của các bên liên quan theo quy định pháp luật hoặc các thỏa thuận song phương. Khi lợi ích của các bên liên quan được pháp luật bảo vệ, lực lượng lao động và các bên liên quan khác cần có cơ hội tiếp cận cơ chế giải quyết khiếu nại hiệu quả với chi phí hợp lý và không chậm trễ quá mức.

VII.D.2. Doanh nghiệp Nhà nước nên phát triển và khuyến khích tham gia tích cực của các bên liên quan trong quá trình hướng đến phát triển bền vững và bảo đảm quá trình chuyển đổi công bằng, đặc biệt đối với các cá nhân, nhóm có lợi ích hoặc chịu tác động từ hoạt động của doanh nghiệp.

VII.D.3. Cần cho phép phát triển cơ chế tham gia của người lao động. Khi người lao động hoặc bên liên quan khác tham gia vào quá trình quản trị công ty, họ cần có thông tin phù hợp, đáng tin, kịp thời, thường xuyên.

VII.D.4. Cơ quan đại diện chủ sở hữu và Doanh nghiệp Nhà nước cần chủ động thực hiện các biện pháp đảm bảo các tiêu chuẩn cao về liêm chính trong khu vực nhà nước và đồng thời ngăn chặn việc sử dụng Doanh nghiệp Nhà nước làm công cụ cho tài trợ chính trị, phân bổ lợi ích cá nhân hoặc các hành vi trục lợi cá nhân.

Hướng dẫn Chi tiết Chương I: Lý do cho việc nhà nước đóng vai trò Chủ sở hữu

Nhà nước thực hiện quyền sở hữu đối với các Doanh nghiệp Nhà nước vì lợi ích chung của toàn dân. Các lý do giải thích cho việc sở hữu nhà nước cần được đánh giá một cách cẩn trọng, công bố minh bạch và được rà soát định kỳ để bảo đảm tính phù hợp theo thời gian.

Người dân – những người mà chính phủ thay mặt thực hiện quyền sở hữu Doanh nghiệp Nhà nước, về bản chất là "chủ sở hữu cuối cùng" của Doanh nghiệp Nhà nước. Điều này hàm ý rằng những người được trao quyền sở hữu Doanh nghiệp Nhà nước phải tuân thủ các nghĩa vụ đối với công chúng, tương tự như trách nhiệm ủy thác (fiduciary duty) của một Hội đồng Quản trị đối với cổ đông. Họ cần hành động như người được ủy quyền bảo vệ lợi ích chung. Các tiêu chuẩn cao về tính minh bạch và trách nhiệm giải trình là hết sức cần thiết để công chúng có thể bảo đảm rằng nhà nước thực hiện quyền lực vì lợi ích tối ưu của họ, và các nguồn lực của Doanh nghiệp Nhà nước được sử dụng một cách hiệu quả, bền vững và phù hợp với lý do sở hữu. Tại các nước thành viên của OECD, lý do để thiết lập hoặc duy trì quyền sở hữu nhà nước đối với doanh nghiệp thường bao gồm một hoặc nhiều yếu tố sau: (1) Cung cấp hàng hóa hoặc dịch vụ công, trong đó sở hữu nhà nước được xem là hiệu quả hoặc đáng tin cậy hơn so với việc giao cho cơ quan chính phủ hoặc đấu thầu cho khu vực tư nhân; (2) Vận hành các lĩnh vực "độc quyền tự nhiên" trong bối cảnh coi việc điều tiết thị trường là không khả thi hoặc kém hiệu quả; (3) Hỗ trợ các mục tiêu kinh tế, chiến lược mang tính giới hạn vì lợi ích quốc gia, chẳng hạn duy trì một số ngành công nghiệp hoặc lĩnh vực nhất định dưới quyền sở hữu nhà nước, hoặc cứu trợ các doanh nghiệp quan trọng có ảnh hưởng hệ thống. Các lý do này cần được xác định rõ ràng, rà soát định kỳ theo lộ trình hợp lý và tuân thủ các tiêu chuẩn cao về trách nhiệm giải trình với các cơ quan đại diện nhân dân. Kết quả đánh giá cần được công bố minh bạch tới công chúng. Doanh nghiệp Nhà nước không nên bị giao thực hiện các mục tiêu chính sách công không liên quan đến ngành nghề kinh doanh chính cũng như lý do sở hữu; bất kỳ mục tiêu nào cũng cần được giao công khai và chịu trách nhiệm rõ ràng.

I.A. Mục đích cuối cùng của sở hữu nhà nước đối với doanh nghiệp là tối đa hóa giá trị lâu dài cho xã hội, một cách hiệu quả và bền vững.

Các vai trò được giao cho Doanh nghiệp Nhà nước và lý do nền tảng cho sở hữu nhà nước khác nhau đáng kể giữa các quốc gia. Tuy nhiên, theo thông lệ tốt, chính phủ cần cân nhắc kỹ lưỡng và làm rõ cách thức mà một doanh nghiệp cụ thể tạo ra giá trị lâu dài cho cổ đông và cho công chúng – những chủ sở hữu thực sự theo hướng hiệu quả và bền vững. Khi cân nhắc việc thành lập hay duy trì một doanh nghiệp trong sở hữu nhà nước, các chính phủ cần đánh giá liệu việc phân bổ nguồn lực qua một hình thức sở hữu khác hoặc thông qua các biện pháp như điều tiết, trợ cấp, thuế, mua sắm công, nhượng quyền hoặc thiết lập cơ quan hành chính có thể mang lại lợi ích công lớn hơn hay không.

Trường hợp Doanh nghiệp Nhà nước được yêu cầu thực hiện các mục tiêu chính sách công, bao gồm cả nghĩa vụ dịch vụ công, nhiều yếu tố về hiệu quả được đặt ra. Lợi ích công được phục vụ tốt nhất khi dịch vụ được cung cấp minh bạch, hiệu quả, bền vững, và không có phương án sử dụng tài chính công khác đem lại kết quả tốt hơn. Các yếu tố này phải định hướng cho quyết định của nhà hoạch định chính sách khi lựa chọn Doanh nghiệp Nhà nước làm kênh cung cấp mục tiêu chính sách công, kể cả nghĩa vụ dịch vụ công. Nếu Doanh nghiệp Nhà nước tham gia vào hoạt động kinh tế, việc tối đa hóa giá trị lâu dài một cách bền vững và tạo nguồn thu hợp lý cho ngân sách quốc gia là cách phục vụ tốt nhất cho lợi ích công.

I.B. Chính phủ cần xây dựng một chính sách sở hữu tổng thể, trong đó quy định rõ các lý do và mục tiêu cốt lõi của việc duy trì sở hữu nhà nước, vai trò của nhà nước và các cổ đông khác trong quản trị Doanh nghiệp Nhà nước, cách thức nhà nước thực hiện quyền sở hữu, cũng như vai trò và trách nhiệm của từng cơ quan có liên quan trong hệ thống hành chính nhà nước.

Để xác định rõ vị thế chủ sở hữu, nhà nước phải làm rõ và xác lập thứ tự ưu tiên cho các lý do sở hữu bằng cách xây dựng chính sách sở hữu mạch lạc, rõ ràng. Lý tưởng nhất, đây cần là một văn bản tóm lược, khái quát, nêu những lý do và mục tiêu chung cho việc sở hữu Doanh nghiệp Nhà nước, cho từng Doanh nghiệp Nhà nước (hoặc công ty mẹ) cụ thể, vai trò của nhà nước và cổ đông khác trong quản trị Doanh nghiệp Nhà nước, cách thức triển khai chính sách, cũng như trách nhiệm của mỗi cơ quan chính phủ liên quan. Ở một số nơi, có thể phải đưa các lý do sở hữu và chính sách này vào khuôn khổ pháp lý, đồng thời quy định những vấn đề khác về vai trò của nhà nước với tư cách chủ sở hữu.

Chính sách sở hữu cần được công bố tới công chúng, cũng như tất cả bộ phận chính phủ có thực thi quyền sở hữu hay tham gia triển khai chính sách này. Điều đó giúp Doanh nghiệp Nhà nước, thị trường và công chúng có cách nhìn nhất quán và dự báo được mục tiêu tổng thể của nhà nước khi làm cổ đông. Chính sách sở hữu nên được phổ biến dưới dạng kỹ thuật số, dễ truy cập.

Chính sách sở hữu nên bao gồm danh mục các Doanh nghiệp Nhà nước, mục tiêu của nhà nước khi sở hữu, chẳng hạn như: tạo giá trị lâu dài, theo đuổi mục tiêu chính sách công, duy trì một số ngành chiến lược trong nước, hoặc các mục tiêu kinh tế, môi trường, xã hội. Nhà nước có thể tự xác định lý do sở hữu, nhưng phải nêu rõ lý do cụ thể đối với từng Doanh nghiệp Nhà nước. Nếu mục tiêu cho danh mục Doanh nghiệp Nhà nước có nguy cơ tác động đến môi trường cạnh tranh bình đẳng, nhà nước cần hạn chế tối đa việc tạo ra biến dạng thị trường. Nếu có các biện pháp hỗ trợ doanh nghiệp mà có thể ảnh hưởng đến cạnh tranh (đặc biệt là với doanh nghiệp nước ngoài), cần công khai rõ ràng lý do, phạm vi và cơ chế điều tiết.

Ngoài ra, chính sách sở hữu nên nêu rõ cách quyền sở hữu được thực hiện trong bộ máy nhà nước, gồm nhiệm vụ và chức năng chính của cơ quan đại diện chủ sở hữu, vai trò và trách nhiệm các cơ quan nhà nước khác có liên quan. Chính sách cũng cần viện dẫn hay tổng hợp các nội dung chủ yếu của quy định pháp luật áp dụng cho Doanh nghiệp Nhà nước, cũng như mọi hướng dẫn bổ sung về việc thực thi quyền sở hữu của nhà nước. Nếu thích hợp, chính phủ cũng có thể nêu rõ ưu tiên cải cách, hoặc kế hoạch – chính sách về tư nhân hóa Doanh nghiệp Nhà nước; lý tưởng nhất nên kèm danh sách Doanh nghiệp Nhà nước được áp dụng chính sách này.

Việc tồn tại đồng thời nhiều lý do sở hữu thiếu rõ ràng hoặc mâu thuẫn nhau có thể khiến nhà nước thực hiện quyền sở hữu một cách thụ động, không hiệu quả, hoặc can thiệp quá mức vào các vấn đề mà Doanh nghiệp Nhà nước đáng lẽ được tự quyết.

I.C. Chính sách sở hữu nhà nước phải được giám sát theo quy trình trách nhiệm giải trình phù hợp trước cơ quan đại diện liên quan, đồng thời công bố rộng rãi cho công chúng. Chính phủ nên thường xuyên rà soát và đánh giá việc thực hiện chính sách này.

Lý tưởng nhất, chính sách sở hữu nên được phát triển ở cấp độ toàn chính phủ, dưới sự chủ trì của cơ quan đại diện chủ sở hữu. Quá trình soạn thảo và cập nhật chính sách sở hữu cần tham vấn công chúng, tức là thông báo và lấy ý kiến từ người dân hoặc đại diện của họ. Chính phủ cũng nên tham vấn rộng, bao gồm đại diện khu vực tư nhân (nhà đầu tư, nhà cung cấp dịch vụ thị trường) và đại diện công đoàn. Việc thực hiện tham vấn sớm và hiệu quả giúp nâng cao tính minh bạch và tạo sự đồng thuận từ các chủ thể thị trường và các bên liên quan chính. Quá trình xây dựng chính sách cũng có thể gắn với việc tham khảo ý kiến các cơ quan nhà nước liên quan, ví dụ ủy ban lập pháp hoặc ủy ban quốc hội, cơ quan kiểm toán nhà nước, bộ ngành hay cơ quan quản lý khác.

Chính sách sở hữu cần được công khai và truyền đạt rộng rãi trong các bộ, cơ quan, Hội đồng Quản trị, Ban Điều hành của Doanh nghiệp Nhà nước và đến cơ quan lập pháp. Cam kết của nhà nước được củng cố hơn nhờ các cơ chế giám sát, trách nhiệm giải trình trước cơ quan đại diện (chẳng hạn phê duyệt từ cơ quan lập pháp) cùng các đợt rà soát định kỳ.

Chính phủ nên duy trì sự nhất quán trong chính sách sở hữu và tránh thay đổi quá thường xuyên lý do tổng thể cho việc sở hữu Doanh nghiệp Nhà nước. Tuy nhiên, các lý do và mục tiêu này có thể thay đổi theo thời gian, trong trường hợp đó, chính sách sở hữu cần được cập nhật phù hợp. Tùy theo bối cảnh, việc điều chỉnh có thể thực hiện thông qua các cuộc rà soát hoặc đánh giá định kỳ, lồng ghép trong quy trình ngân sách, kế hoạch tài khóa trung hạn, hoặc theo chu kỳ bầu cử. Những đợt rà soát này nên dựa vào việc đánh giá thực tiễn triển khai chính sách sở hữu, bao gồm so sánh/đối chiếu các Doanh nghiệp Nhà nước, tham vấn ý kiến chuyên gia độc lập, và đảm bảo chính sách được xây dựng trên nguyên tắc minh bạch. Đồng thời cũng cần đánh giá liệu việc duy trì sở hữu nhà nước có còn là công cụ tối ưu để đảm bảo lợi ích công hay không.

Bất cứ thay đổi nào, kể cả tình huống đột xuất, trong chính sách sở hữu đều phải được công bố đầy đủ, minh bạch ngay tại thời điểm thay đổi, kèm theo lý do cần điều chỉnh.

Trong chừng mực có thể, nên tránh các can thiệp mang tính đột xuất; tuy nhiên, vẫn có những tình huống đặc biệt cần đến sự hỗ trợ khẩn cấp của chính phủ, chẳng hạn trong các cuộc khủng hoảng nghiêm trọng. Khi đó, cần đảm bảo các biện pháp khẩn cấp không vô tình trở thành hình thức trợ giúp lâu dài mà không phù hợp với lý do nêu trong chính sách sở hữu; đồng thời, phải đảm bảo phản ứng ngắn hạn với khủng hoảng không gây hậu quả tiêu cực ngoài mong muốn đối với môi trường cạnh tranh và thương mại trong trung và dài hạn. Chính phủ cần tham khảo các thông lệ quốc tế tốt và tuân thủ các hiệp định quốc tế liên quan đến hỗ trợ của nhà nước. Các giải pháp khủng hoảng phải được triển khai minh bạch, bảo vệ tính liêm chính, đi kèm với kế hoạch rút lui khi điều kiện ổn định trở lại (ngay từ đầu nên có lộ trình rà soát các biện pháp này).

I.D. Chính phủ nên xác định lý do sở hữu cho từng Doanh nghiệp Nhà nước và rà soát lại định kỳ. Các lý do, cũng như bất kỳ mục tiêu chính sách công nào Doanh nghiệp Nhà nước hoặc nhóm Doanh nghiệp Nhà nước phải thực hiện, phải gắn chặt với ngành kinh doanh chính của doanh nghiệp, được cơ quan thẩm quyền phê chuẩn và được công bố công khai.

Lý do sở hữu có thể khác nhau giữa từng doanh nghiệp hoặc nhóm Doanh nghiệp Nhà nước. Chẳng hạn, một số doanh nghiệp thuộc sở hữu nhà nước vì có trách nhiệm cung cấp dịch vụ công thiết yếu, số khác thuộc sở hữu nhà nước vì lý do chiến lược, hoặc hoạt động trong các lĩnh vực mang tính "độc quyền tự nhiên". Việc phân loại Doanh nghiệp Nhà nước theo nhóm và nêu rõ lý do tương ứng có thể hữu ích để làm sáng tỏ lý do duy trì sở hữu. Các lý do đó cần được rà soát định kỳ và công bố công khai. Trường hợp lý do sở hữu được quy định trong văn bản thành lập hoặc các văn bản pháp lý điều chỉnh hoạt động của doanh nghiệp, nhà nước cần bảo đảm những tài liệu đó được công bố đầy đủ.

Đôi lúc, Doanh nghiệp Nhà nước được kỳ vọng đáp ứng các mục tiêu chính sách công. Những mục tiêu này phải được giao một cách minh bạch, phù hợp với pháp luật và quy định hiện hành, và gắn liền với lĩnh vực kinh doanh chính của Doanh nghiệp Nhà nước. Lợi ích công mà các mục tiêu này hướng tới cần được xác định rõ ràng và công khai. Các mục tiêu chính sách công có thể đưa vào điều lệ công ty, sau đó được tích hợp vào chiến lược tổng thể của Doanh nghiệp Nhà nước. Thị trường, các cổ đông không phải nhà nước và công chúng cần biết rõ bản chất, phạm vi các nghĩa vụ này, cũng như ảnh hưởng của chúng đến việc nguồn lực, hiệu quả kinh tế của Doanh nghiệp Nhà nước, và nếu có thể, tác động tới thị trường.

Quy định về cơ quan có thẩm quyền giao các nghĩa vụ chính sách công cho Doanh nghiệp Nhà nước khác nhau giữa các quốc gia. Có nơi, chỉ duy nhất cơ quan đại diện chủ sở hữu mới được quyền giao. Có nơi, cơ quan lập pháp quy định những nghĩa vụ đó qua quy trình lập pháp. Trường hợp thứ hai, cần xây dựng cơ chế tham vấn và trách nhiệm giải trình giữa cơ quan lập pháp và cơ quan chịu trách nhiệm sở hữu, bảo đảm phối hợp tốt và không làm suy yếu tính tự chủ của cơ quan đại diện chủ sở hữu.

Hướng dẫn Chi tiết Chương II: Vai trò của Nhà nước với tư cách là Chủ sở hữu

Chính phủ nên đóng vai trò một chủ sở hữu am hiểu và chủ động, bảo đảm công tác quản trị các Doanh nghiệp Nhà nước được thực hiện minh bạch, có trách nhiệm giải trình, với tính chuyên nghiệp và hiệu quả cao.

Để thực thi hiệu quả các chức năng sở hữu, chính phủ nên tham chiếu các chuẩn mực quản trị trong cả khu vực tư và công, đặc biệt là *Bộ nguyên tắc Quản trị Công ty của G20/OECD.* Những nguyên tắc này cũng áp dụng cho Doanh nghiệp Nhà nước trong trường hợp nhà nước không phải là chủ sở hữu duy nhất, cũng như cho tất cả các cấu phần liên quan trong trường hợp nhà nước là chủ sở hữu duy nhất. Bên cạnh đó, có những khía cạnh đặc thù trong quản trị Doanh nghiệp Nhà nước đòi hỏi chú ý riêng hoặc cần được hướng dẫn chi tiết hơn để hỗ trợ Thành viên Hội đồng Quản trị, Ban Điều hành và cơ quan đại diện chủ sở hữu nhà nước thực hiện đúng vai trò.

II.A. Chính phủ nên đơn giản hóa và chuẩn hóa các hình thức pháp lý mà Doanh nghiệp Nhà nước đang vận hành. Thực tiễn hoạt động của Doanh nghiệp Nhà nước nên theo các chuẩn mực Quản trị Công ty được thừa nhận rộng rãi.

Doanh nghiệp Nhà nước có thể mang hình thức pháp lý khác so với doanh nghiệp tư nhân, tùy theo mục tiêu hoặc các chuẩn mực xã hội nhất định, cũng như sự bảo vệ đặc biệt dành cho một số đối tượng liên quan (ví dụ: nhân viên được hưởng chế độ tiền lương, lương hưu hay chính sách bảo vệ trước việc sa thải tương đương với công chức).

Nhà nước cần bảo đảm rằng các yếu tố được nêu trong *Bộ Hướng dẫn* được thực thi một cách nhất quán và tối đa, bất kể Doanh nghiệp Nhà nước có sự khác biệt về hình thức pháp lý hay cấu trúc công ty.

Các yếu tố đó bao gồm: (i) Quyền hạn và trách nhiệm tương ứng của Hội đồng Quản trị, Ban Điều hành và bộ ngành; (ii) Cơ cấu và thành phần Hội đồng Quản trị; (iii) Mức độ trao quyền tham vấn hoặc quyền quyết định cho cổ đông và/hoặc một số đối tượng liên quan, đặc biệt là người lao động; (iv) Các yêu cầu công bố thông tin; (v) Phạm vi áp dụng thủ tục phá sản và giải thể doanh nghiệp. Về nguyên tắc, hình thức pháp lý và phạm vi hoạt động của Doanh nghiệp Nhà nước không nên cản trở Doanh nghiệp Nhà nước mở rộng hoặc đa dạng hóa sang lĩnh vực mới hoặc thị trường quốc tế, đặc biệt là khi doanh nghiệp hoạt động kinh tế và tuân theo các tiêu chí thương mại. Việc giới hạn mở rộng nhiệm vụ của Doanh nghiệp Nhà nước thường liên quan đến trường hợp Doanh nghiệp Nhà nước đảm nhận mục tiêu chính sách công quan trọng hoặc nghĩa vụ dịch vụ công, nhằm ngăn ngừa lạm dụng tài chính công, hạn chế các chiến lược tăng trưởng quá mạo hiểm hoặc ngăn cản Doanh nghiệp Nhà nước xuất khẩu công nghệ nhạy cảm. Tuy vậy, cần bảo đảm những giới hạn đó gắn chặt với lĩnh vực kinh doanh chính của Doanh nghiệp Nhà nước và không cản trở quyền tự chủ cần thiết của Hội đồng Quản trị.

Trong quá trình tiêu chuẩn hóa, chính phủ nên căn cứ tối đa vào luật doanh nghiệp hiện hành áp dụng cho cả doanh nghiệp, và tránh tạo ra các hình thức pháp lý riêng biệt hoặc cơ chế ưu đãi đặc biệt cho Doanh nghiệp Nhà nước, trừ khi điều đó là hoàn toàn cần thiết để thực hiện mục tiêu chính sách công đã được giao. Việc chuẩn hóa sẽ giúp minh bạch, tăng cường trách nhiệm giải trình, và hỗ trợ giám sát qua so sánh đối chiếu. Đặc biệt, việc tiêu chuẩn hóa cần được ưu tiên đối với các Doanh nghiệp Nhà nước có hoạt động kinh tế và cạnh tranh trên thị trường, với cách tiếp cận tương tự như đối với doanh nghiệp tư nhân – trong đó nhà nước đóng vai trò một cổ đông với quyền và nghĩa vụ tương đương.

II.B. Nhà nước nên xác định rõ kỳ vọng của chủ sở hữu, đồng thời trao quyền tự chủ cho Doanh nghiệp Nhà nước trong việc thực hiện các kỳ vọng đó, tránh can thiệp vào quá trình quản lý. Với tư cách là cổ đông, chính phủ chỉ nên điều chỉnh kỳ vọng đối với Doanh nghiệp Nhà nước một cách minh bạch và chỉ khi có sự thay đổi căn bản về nhiệm vụ của Doanh nghiệp Nhà nước.

Các phương thức chính giúp chính phủ thực hiện vai trò chủ sở hữu một cách chủ động và hiểu biết gồm: xây dựng chính sách sở hữu nhất quán, thiết lập các mục tiêu và kỳ vọng tổng thể cho Doanh nghiệp Nhà nước, áp dụng quy trình minh bạch trong việc đề cử Hội đồng Quản trị, cùng việc sử dụng hiệu quả các quyền sở hữu hiện có. Các mục tiêu và kỳ vọng tổng thể của nhà nước đối với Doanh nghiệp Nhà nước chỉ nên điều chỉnh khi có thay đổi căn bản về nhiệm vụ. Mặc dù đôi khi sẽ phải rà soát và điều chỉnh mục tiêu của Doanh nghiệp Nhà nước do bối cảnh thay đổi, nhưng chính phủ nên hạn chế điều chỉnh quá thường xuyên, đồng thời bảo đảm quy trình thay đổi minh bạch, vì lợi ích công.

Một số chính phủ chính thức hóa các mục tiêu và kỳ vọng cho Doanh nghiệp Nhà nước thông qua "thư kỳ vọng của chủ sở hữu", hợp đồng hiệu suất hoặc hình thức tương tự, đồng thời đối thoại thường xuyên với cơ quan quản trị Doanh nghiệp Nhà nước. Việc định hình các kỳ vọng rõ ràng giúp bảo vệ tính tự chủ của Hội đồng Quản trị và tránh can thiệp đột xuất của nhà nước, đồng thời có thể là căn cứ để đánh giá trách nhiệm giải trình của Doanh nghiệp Nhà nước.

II.C. Nhà nước

nên trao quyền để Hội đồng Quản trị của Doanh nghiệp Nhà nước thực hiện đầy đủ trách nhiệm của mình và tôn trọng tính độc lập của Hội đồng Quản trị. Cơ quan đại diện chủ sở hữu cần thiết lập và duy trì khuôn khổ phù hợp để duy trì đối thoại với cơ quan quản trị cao nhất của Doanh nghiệp Nhà nước, thường thông qua chủ tịch Hội đồng Quản trị.

Trong việc đề cử và bầu chọn Thành viên Hội đồng Quản trị, cơ quan đại diện chủ sở hữu cần tập trung vào yêu cầu Hội đồng Quản trị Doanh nghiệp Nhà nước thực hiện trách nhiệm một cách chuyên nghiệp và độc lập. Mỗi Thành viên Hội đồng Quản trị cần hành xử công bằng, minh bạch và có trách nhiệm đối với tất cả các cổ đông, dù là nhà nước hay không.

Cơ quan đại diện chủ sở hữu nên tránh cử quá nhiều thành viên đến từ bộ máy nhà nước vào Hội đồng Quản trị Doanh nghiệp Nhà nước.

Ngoài ra, Thành viên Hội đồng Quản trị chỉ nên bị miễn nhiệm với lý do chính đáng; việc bổ nhiệm và miễn nhiệm không nên phụ thuộc vào các kỳ bầu cử hay sự thay đổi chính trị. Điều này đặc biệt quan trọng với Doanh nghiệp Nhà nước có hoạt động kinh tế, nơi việc giới hạn số lượng đại diện cơ quan đại diện chủ sở hữu hoặc quan chức nhà nước trong Hội đồng Quản trị có thể nâng cao tính chuyên nghiệp, ngăn xung đột lợi ích và tránh can thiệp của chính phủ vào quản lý Doanh nghiệp Nhà nước.

Cán bộ của cơ quan đại diện chủ sở hữu hay chuyên gia từ các bộ ngành khác chỉ nên tham gia Hội đồng Quản trị nếu đáp ứng đủ năng lực như mọi thành viên khác, đồng thời không đóng vai trò trung gian truyền đạt ảnh hưởng chính trị vượt quá vai trò sở hữu. Họ phải có nghĩa vụ và trách nhiệm như các Thành viên Hội đồng Quản trị còn lại. Các quy định về điều kiện truất quyền và xung đột lợi ích cần được đánh giá cẩn thận, kèm hướng dẫn về cách giải quyết. Những người này không được có xung đột lợi ích quá mức, cả thực tế lẫn cảm nhận; cụ thể, họ không nên tham gia quyết định điều tiết liên quan đến cùng Doanh nghiệp Nhà nước, cũng như không có nghĩa vụ hay hạn chế đặc biệt khiến họ không thể hành động vì lợi ích doanh nghiệp. Về nguyên tắc, mọi xung đột lợi ích tiềm ẩn của bất kỳ thành viên nào trong Hội đồng Quản trị cần được báo cáo và công bố, kèm theo thông tin về cách thức xử lý xung đột đó.

Việc làm rõ trách nhiệm cá nhân và trách nhiệm của chính phủ khi cử đại diện vào Hội đồng Quản trị Doanh nghiệp Nhà nước là rất quan trọng. Các quan chức chính phủ liên quan có thể phải công khai mọi cổ phần cá nhân trong Doanh nghiệp Nhà nước và tuân thủ nghiêm ngặt các quy định về giao dịch nội gián. Cơ quan đại diện chủ sở hữu có thể xây dựng hướng dẫn hoặc bộ quy tắc đạo đức riêng cho cán bộ của chính phủ khi tham gia Hội đồng Quản trị. Tài liệu này cần quy định cụ thể cách xử lý thông tin do Thành viên Hội đồng Quản trị đó chuyển về cho chính phủ. Việc chỉ đạo về mục tiêu chính sách công nên được thông qua cơ quan đại diện chủ sở hữu và nêu thành mục tiêu doanh nghiệp, chứ không áp đặt trực tiếp qua sự tham gia Hội đồng Quản trị. Về nguyên tắc, cán bộ chính phủ khi thực hiện nhiệm vụ có thể chịu trách nhiệm hành chính, dân sự hoặc hình sự nếu có vi phạm trong hoạt động quản trị. Cơ quan đại diện chủ sở hữu cần tôn trọng tính bảo mật của các cuộc thảo luận nội bộ tại Hội đồng Quản trị. Hơn nữa, phải có giới hạn nghiêm ngặt về việc phổ biến thông tin này. Quyền tiếp cận thông tin của chính phủ cũng không được vượt quá mức tương ứng với quyền cổ đông trong doanh nghiệp.

Cơ quan đại diện chủ sở hữu nhà nước nên thiết lập và duy trì khung trao đổi phù hợp với cơ quan quản trị cao nhất của Doanh nghiệp Nhà nước, thường qua chủ tịch Hội đồng Quản trị. Các mục tiêu chính sách công (gồm cả nghĩa vụ dịch vụ công), nếu không được quy định bởi luật hay văn bản pháp lý, thì nên đưa vào chính sách sở hữu của chính phủ hoặc "thư kỳ vọng của chủ sở hữu", chia sẻ với toàn Hội đồng Quản trị, đồng thời cần công bố công khai có tính đến yếu tố bảo mật doanh nghiệp. Nếu Doanh nghiệp Nhà nước có cổ đông ngoài nhà nước, mục tiêu chính sách công và nghĩa vụ dịch vụ công phải được Đại hội đồng cổ đông phê duyệt nếu chưa được công bố. Cần lưu trữ đầy đủ hồ sơ về mọi trao đổi giữa cơ quan đại diện chủ sở hữu và Doanh nghiệp Nhà nước. Chính phủ không nên can thiệp các quyết định vận hành, như tuyển dụng của Doanh nghiệp Nhà nước. Chính phủ phải công khai và nêu rõ trong những lĩnh vực và loại quyết định nào cơ quan đại diện chủ sở hữu có thẩm quyền chỉ đạo.

Khi đại diện của chính phủ, bao gồm cả cán bộ từ cơ quan đại diện chủ sở hữu, vượt quá vai trò hoặc hành động thiếu chuẩn mực, Doanh nghiệp Nhà nước cần được bảo đảm quyền tiếp cận các kênh tư vấn hoặc cơ chế báo cáo đã được thiết lập để phản ánh kịp thời.

II.D. Việc thực thi quyền sở hữu cần được xác định rõ trong bộ máy nhà nước và tập trung tại một cơ quan đại diện chủ sở hữu duy nhất. Trường hợp không thể tập trung, cần có cơ chế phối hợp hiệu quả do một đơn vị đầu mối đảm nhiệm với thẩm quyền rõ ràng trên toàn hệ thống chính phủ.

Việc xác định rõ chức năng sở hữu trong bộ máy nhà nước là điều then chốt, dù nó nằm ở Bộ Tài chính, bộ ngành về Kinh tế, một cơ quan hành chính hoặc công ty thuộc sở hữu nhà nước, hay bộ ngành cụ thể. Chức năng sở hữu của Doanh nghiệp Nhà nước là nơi thực sự có quyền chỉ định Thành viên Hội đồng Quản trị, xác lập và giám sát mục tiêu, hoặc bỏ phiếu cổ phần đại diện nhà nước.

Tập trung hóa có thể là cách hiệu quả để tách biệt quyền sở hữu khỏi các hoạt động khác tiềm ẩn xung đột (như điều tiết thị trường, hoạch định chính sách) được nêu trong "Hướng dẫn III.A" bên dưới, miễn là cơ quan đại diện chủ sở hữu được trang bị nguồn lực đầy đủ và các hoạt động được bảo vệ khỏi rủi ro lạm quyền. Tuy nhiên, trong bối cảnh pháp quyền yếu, quản trị kém hoặc tham nhũng cao, việc tập trung nhiều quyền lực công ty vào một đơn vị duy nhất cũng đi kèm rủi ro, cần cân nhắc khi chọn khung pháp lý cho sở hữu nhà nước.

Mô hình tập trung hóa được đặc trưng bởi một cơ quan trung tâm thực hiện vai trò cổ đông tại hầu hết các Doanh nghiệp Nhà nước do nhà nước nắm giữ (trực tiếp hoặc gián tiếp). Cơ quan này sẽ xác lập lý do và mục tiêu của nhà nước cho từng Doanh nghiệp Nhà nước, đề cử Thành viên Hội đồng Quản trị, đánh giá hoạt động Doanh nghiệp Nhà nước, bỏ phiếu tại đại hội đồng cổ đông. Cơ quan đại diện chủ sở hữu này cũng chịu trách nhiệm xây dựng và giám sát các mục tiêu rộng của Doanh nghiệp Nhà nước dựa trên chính sách sở hữu, điều phối (khi cần) với các bộ ngành khác, đồng thời định ra các khung quản trị chủ chốt và quyết định quan trọng liên quan tới Doanh nghiệp Nhà nước.

Cơ quan đại diện chủ sở hữu tập trung nên độc lập hoặc chịu sự quản lý của một bộ. Cách tiếp cận này làm rõ định hướng chính sách sở hữu và bảo đảm thực thi nhất quán hơn. Việc tập trung quyền sở hữu cũng cho phép củng cố và tập hợp nguồn lực chuyên gia, ví dụ lập "tổ" chuyên về báo cáo tài chính hoặc đề cử Thành viên Hội đồng Quản trị, qua đó nhà nước sở hữu Doanh nghiệp Nhà nước một cách chuyên nghiệp, nhất quán, đồng thời thúc đẩy báo cáo tổng hợp về sở hữu nhà nước.

Nếu không thể tập trung hóa, chính phủ nên thành lập một cơ quan điều phối mạnh mẽ, có thẩm quyền hành động cho toàn bộ chính phủ. Cơ quan này nên là một đơn vị chính phủ chuyên trách hoặc một tổ chức công ty, hoạt động với vai trò cố vấn cho các bộ ngành nắm cổ phần Doanh nghiệp Nhà nước về thông lệ quản trị tốt, vấn đề kỹ thuật và vận hành. Qua đó, giúp mỗi Doanh nghiệp Nhà nước xác định nhiệm vụ rõ ràng, nhận được thông điệp thống nhất về kỳ vọng sở hữu và yêu cầu báo cáo. Cơ quan điều phối sẽ hài hòa, phối hợp hành động và chính sách của nhiều cơ quan đại diện chủ sở hữu trong các bộ khác nhau, bảo đảm quyết định về sở hữu doanh nghiệp được đưa ra trên quy mô chính phủ – nghĩa là Doanh nghiệp Nhà nước không bị giằng co giữa các chính sách mâu thuẫn. Lý tưởng nhất, cơ quan điều phối cũng chịu trách nhiệm soạn thảo chính sách sở hữu chung, xây dựng hướng dẫn cụ thể và thống nhất thực hành giữa các bộ. Việc thành lập một cơ quan điều phối cũng tạo điều kiện tập trung hóa một số chức năng quan trọng (ví dụ đề cử Hội đồng Quản trị hoặc giám sát hiệu suất), vừa tận dụng chuyên môn riêng, vừa bảo đảm tính độc lập với các bộ ngành phụ trách lĩnh vực.

Thực hiện quyền sở hữu qua công ty cổ phần thuộc sở hữu nhà nước (SOHCs) cũng là một cách tập trung hóa khác. Tùy vào phương thức quản trị nội bộ và hình thức pháp lý, nó có thể phân tách quyền sở hữu, hoạch định chính sách và điều tiết. Trong một số ngữ cảnh, sở hữu gián tiếp qua SOHC đảm bảo tách bạch với các chức năng nhà nước khác, nhờ đó Doanh nghiệp Nhà nước ít chịu can thiệp chính trị hoặc can thiệp thường xuyên. Nhiều SOHC có nhiệm vụ đại diện nhà nước làm chủ sở hữu, quản lý khoản đầu tư của nhà nước như một nhà quản lý tài sản chủ động hoặc công ty đầu tư, nhắm đến mục tiêu tăng trưởng giá trị cổ đông bền vững thông qua hình thức sở hữu tích cực, dài hạn. Nếu SOHC được thành lập theo luật công ty, hình thức này có thể linh hoạt trong tái cơ cấu hoặc thoái vốn, phù hợp với sứ mệnh chung. Tuy vậy, kinh nghiệm cho thấy SOHC không phải lúc nào cũng phù hợp, nhất là nếu bản thân nó dễ bị can thiệp chính trị hoặc các hành vi bất thường. Nhà nước, với tư cách chủ sở hữu cuối cùng, nên đề ra mục tiêu rõ ràng cho SOHC cùng các doanh nghiệp trong danh mục, đồng thời thiết lập khung pháp lý và quản lý bảo đảm SOHC đáp ứng tiêu chuẩn cao nhất về quản trị, liêm chính, minh bạch và trách nhiệm giải trình.

II.E. Cơ quan đại diện chủ sở hữu cần có năng lực và chuyên môn để thực hiện hiệu quả nhiệm vụ, đồng thời chịu trách nhiệm giải trình trước các cơ quan đại diện liên quan. Cơ quan đại diện chủ sở hữu phải duy trì mối quan hệ được xác định rõ ràng và minh bạch với các cơ quan công liên quan.

Cơ quan đại diện chủ sở hữu phải có đủ nguồn lực, nhân sự và kỹ năng cần thiết để thực thi hiệu quả nhiệm vụ. Đơn vị này cần được hỗ trợ bởi các quy định, quy trình chính thức và một khung pháp lý phù hợp, bảo đảm hướng dẫn một cách minh bạch và hiệu quả vai trò của nhà nước với tư cách cổ đông, thống nhất với quy định áp dụng cho các công ty mà nhà nước nắm quyền sở hữu. Ở một số nơi, điều này có thể đòi hỏi ban hành một khung pháp lý (phù hợp với các luật khác), qua đó xác lập công khai các sắp xếp thể chế, nguyên tắc và quy tắc cần thiết để nhà nước thực thi quyền sở hữu Doanh nghiệp Nhà nước. Khung này có thể bao gồm việc phân định rõ vai trò và trách nhiệm giữa các cơ quan nhà nước để tránh xung đột lợi ích, cũng như các yêu cầu về báo cáo, công bố thông tin và cơ chế giải trình cần thiết.

Quan hệ giữa cơ quan đại diện chủ sở hữu và các cơ quan chính phủ khác, cũng như với các nhà đầu tư tổ chức thuộc sở hữu nhà nước như quỹ đầu tư có chủ quyền, ngân hàng phát triển và quỹ hưu trí bị nhà nước chi phối, cần được xác định rõ ràng, minh bạch. Một số cơ quan nhà nước, bộ, chính quyền hoặc Doanh nghiệp Nhà nước tài chính có thể đóng những vai trò khác nhau đối với cùng Doanh nghiệp Nhà nước. Nhằm tăng niềm tin của công chúng vào cách nhà nước quản lý quyền sở hữu Doanh nghiệp Nhà nước, cần xác định và giải thích rõ các vai trò này cho toàn dân. Ví dụ, cơ quan đại diện chủ sở hữu cần duy trì hợp tác, đối thoại thường xuyên với các cơ quan kiểm toán nhà nước, vốn chịu trách nhiệm kiểm toán Doanh nghiệp Nhà nước, hỗ trợ hoạt động của cơ quan kiểm toán và thực hiện các biện pháp thích hợp khi có kết luận kiểm toán. Trường hợp phù hợp, việc hợp tác và trao đổi với cơ quan có trách nhiệm quản lý tài chính công có thể được xem là thông lệ tốt để giám sát và đánh giá rủi ro tài khóa.

Cơ quan đại diện chủ sở hữu phải chịu trách nhiệm rõ ràng về cách thực thi quyền sở hữu nhà nước. Trách nhiệm giải trình đó, trực tiếp hoặc gián tiếp, là trước những cơ quan đại diện cho lợi ích công,chẳng hạn cơ quan lập pháp. Cách thức cơ quan đại diện chủ sở hữu chịu trách nhiệm trước cơ quan lập phápcần được quy định rõ, cũng như cách thức Doanh nghiệp Nhà nước tự chịu trách nhiệm - không nên để quan hệ báo cáo qua trung gian làm suy yếu trách nhiệm của chính Doanh nghiệp Nhà nước.

Trách nhiệm giải trình không nên chỉ dừng ở việc bảo đảm nhà nước thực thi quyền sở hữu không can thiệp vào đặc quyền lập ngân sách của cơ quan lập pháp. Cơ quan đại diện chủ sở hữu cần báo cáo về hiệu quả thực thi quyền sở hữu và mức độ đạt được mục tiêu của nhà nước trong lĩnh vực này. Cơ quan đại diện chủ sở hữu nên cung cấp thông tin định lượng, đáng tin cậy cho công chúng và đại diện của họ về cách thức Doanh nghiệp Nhà nước được quản lý vì lợi ích các chủ sở hữu. Trong các phiên điều trần lập pháp, vấn đề bảo mật thông tin cần được giải quyết qua cơ chế cụ thể, ví dụ họp kín. Mặc dù thủ tục này thường được xem là hữu ích, song hình thức, tần suất và nội dung trao đổi có thể khác nhau tùy theo hiến pháp, truyền thống lập pháp và vai trò của cơ quan lập pháp.

Việc thiết kế cơ chế trách nhiệm giải trình không nên hạn chế quá mức quyền tự chủ cần thiết của cơ quan đại diện chủ sở hữu trong việc thực hiện nhiệm vụ. Ví dụ: Việc yêu cầu phê duyệt trước từ cơ quan lập pháp chỉ nên áp dụng với các thay đổi quan trọng, như: điều chỉnh chính sách sở hữu tổng thể, thay đổi quy mô khu vực Doanh nghiệp Nhà nước, hoặc các giao dịch lớn (đầu tư, thoái vốn). Nhìn chung, cơ quan đại diện chủ sở hữu nên có một mức độ linh hoạt nhất định đối với bộ chủ quản (nếu có), để tự tổ chức và quyết định các vấn đề thủ tục, quy trình. Cơ quan đại diện chủ sở hữu cũng có thể được tự chủ một phần về ngân sách, cho phép linh hoạt trong tuyển dụng, đãi ngộ và giữ chân nhân sự đủ chuyên môn, ví dụ qua hợp đồng ngắn hạn hoặc trưng dụng từ khu vực tư.

II.F. Nhà nước cần hành xử như một cổ đông hiểu biết và tích cực, thực hiện quyền sở hữu theo đúng cấu trúc pháp lý và mức độ nắm giữ hoặc kiểm soát tại từng doanh nghiệp.

Để tránh hai thái cực gây tổn hại cho Doanh nghiệp Nhà nước, một là can thiệp chính trị quá mức và hai là thụ động, thiếu giám sát, cơ quan đại diện chủ sở hữu cần tập trung vào việc thực hiện hiệu quả quyền sở hữu, tách biệt rõ ràng với các chức năng khác của nhà nước như ban hành chính sách hoặc điều tiết thị trường, nhằm tránh xung đột lợi ích. Khi có khả năng tác động đáng kể đến doanh nghiệp, nhà nước thường nên hành xử như một cổ đông lớn có ảnh hưởng đáng kể, hoặc như một cổ đông thiểu số chủ động và có hiểu biết, trong những trường hợp không nắm quyền kiểm soát. Nhà nước cần thực thi quyền của mình để bảo vệ sở hữu và tối ưu hóa giá trị sở hữu.

Các quyền cơ bản của cổ đông bao gồm: (i) Tham gia và biểu quyết trong đại hội đồng cổ đông; (ii) Tiếp cận kịp thời, thường xuyên các thông tin phù hợp và đầy đủ về doanh nghiệp; (iii) Bầu và bãi nhiệm Thành viên Hội đồng Quản trị; (iv) Phê duyệt các giao dịch bất thường;(v) Biểu quyết về phân chia cổ tức và giải thể doanh nghiệp.

Việc thực hiện đúng đắn các quyền này giúp nhà nước đảm bảo ảnh hưởng hợp lý đến Doanh nghiệp Nhà nước mà không can thiệp vào quản lý vận hành hằng ngày, đồng thời nâng cao hiệu quả và uy tín trong giám sát và quản trị Doanh nghiệp Nhà nước.

Cơ quan đại diện chủ sở hữu cần có các kỹ năng đặc thù và đội ngũ chuyên viên về pháp lý, tài chính, kinh tế, ngành nghề cụ thể, phát triển bền vững cũng như quản lý, am hiểu về trách nhiệm ủy thác. Họ cũng phải rõ ràng về vai trò và trách nhiệm của mình với tư cách cán bộ nhà nước khi làm việc với Doanh nghiệp Nhà nước. Ngoài ra, cơ quan đại diện chủ sở hữu cũng cần có chuyên môn liên quan đến các mục tiêu chính sách công, đặc biệt là trong việc giám sát và định hướng những Doanh nghiệp Nhà nước được giao thực hiện các nghĩa vụ dịch vụ công.

Hơn nữa, cơ quan đại diện chủ sở hữu cũng cần phát triển năng lực và dành sự quan tâm đến công nghệ số, nhận diện những rủi ro và cơ hội liên quan trong quá trình giám sát và triển khai Quản trị Công ty. Công nghệ số có thể là công cụ hữu hiệu để tăng cường giám sát hoạt động sở hữu, nhưng đồng thời cũng đòi hỏi sự chú ý đến các rủi ro phát sinh và yêu cầu quản trị đi kèm. Khi công nghệ phát triển và có thể hỗ trợ nâng cao thực hành quản trị, khung pháp lý và quản trị sở hữu cũng có thể cần điều chỉnh để tạo thuận lợi cho việc ứng dụng.

Cơ quan đại diện chủ sở hữu nên có quyền: Thuê chuyên gia tư vấn độc lập trong các lĩnh vực như định giá, đánh giá hiệu suất, giám sát chiến lược hoặc ủy quyền biểu quyết; Sử dụng hợp đồng ngắn hạn, tuyển dụng chuyên gia theo hình thức tạm thời hoặc luân chuyển từ khu vực tư nhân, để bổ sung năng lực linh hoạt khi cần thiết. Việc này không chỉ giúp tăng cường năng lực chuyên sâu mà còn đảm bảo tính khách quan và hiệu quả trong các quyết định sở hữu của nhà nước.

Các trách nhiệm chính của cơ quan đại diện chủ sở hữu bao gồm:

Mức độ thực hiện các trách nhiệm này phụ thuộc vào mức sở hữu hoặc kiểm soát của nhà nước với Doanh nghiệp Nhà nước. Nếu Doanh nghiệp Nhà nước thuộc sở hữu gián tiếp qua một công ty mẹ (trong cấu trúc tập đoàn), thì công ty mẹ, chứ không phải nhà nước trực tiếp, đảm nhiệm các trách nhiệm bên dưới. Nếu có thêm cổ đông khác, quyền sở hữu phải được thực thi phù hợp luật pháp, điều lệ doanh nghiệp và quy định liên quan.

II.F.1. Đại diện nhà nước tại đại hội đồng cổ đông và thực hiện hiệu quả quyền biểu quyết.

Chính phủ, với vai trò chủ sở hữu, phải thực hiện nghĩa vụ ủy thác bằng cách sử dụng quyền biểu quyết, hoặc giải thích nếu không làm vậy. Chính phủ không nên ở tình huống “không phản ứng” trước các đề xuất tại đại hội đồng cổ đông của Doanh nghiệp Nhà nước. Cần thiết lập quy trình phù hợp để xác định rõ cơ quan đại diện chủ sở hữu là người đại diện cổ phần của nhà nước.

Để chính phủ có thể bày tỏ quan điểm về các vấn đề cần phê duyệt tại đại hội đồng cổ đông, cơ quan đại diện chủ sở hữu phải tự tổ chức để đưa ra ý kiến dựa trên thông tin đầy đủ, rồi trình bày ý kiến đó cho Hội đồng Quản trị Doanh nghiệp Nhà nước qua đại hội đồng cổ đông.

II.F.2. Thiết lập và bảo vệ quy trình đề cử Hội đồng Quản trị được cấu trúc tốt, dựa trên năng lực và minh bạch; tích cực tham gia đề cử Hội đồng Quản trị của tất cả Doanh nghiệp Nhà nước; góp phần đa dạng hóa (giới tính, chuyên môn…) trong Hội đồng Quản trị và Ban Điều hành.

Cơ quan đại diện chủ sở hữu cần bảo đảm Doanh nghiệp Nhà nước có Hội đồng Quản trị chuyên nghiệp, hoạt động hiệu quả, với tập hợp kỹ năng cần thiết để hoàn thành trách nhiệm. Việc này đòi hỏi thiết lập một quy trình đề cử, bổ nhiệm Hội đồng Quản trị có cấu trúc và tránh bị ảnh hưởng chính trị không phù hợp, tôn trọng quyền của các cổ đông khác, đồng thời đóng vai trò tích cực trong quy trình. Nếu cơ quan đại diện chủ sở hữu trực tiếp nắm cổ phần Doanh nghiệp Nhà nước, việc tổ chức tham gia đề cử của nhà nước nên được giao cho cơ quan đại diện chủ sở hữu.

Việc đề cử thành viên cho Hội đồng Quản trị Doanh nghiệp Nhà nước cần được thực hiện một cách minh bạch, theo quy trình rõ ràng, dựa trên hồ sơ kỹ năng và đánh giá nhu cầu về kinh nghiệm, năng lực đối với mục tiêu dài hạn của doanh nghiệp, bao gồm cả nhu cầu của ủy ban chuyên trách. Yêu cầu năng lực nên được xác định dựa trên đánh giá thực tiễn của Hội đồng Quản trị đương nhiệm, đồng thời gắn với chiến lược lâu dài của doanh nghiệp và nên cân nhắc vai trò đại diện người lao động (nếu có). Cách tiếp cận này sẽ giúp Hội đồng Quản trị hoạt động chuyên nghiệp, có trách nhiệm và hướng tới mục tiêu cụ thể. Quy trình bổ nhiệm dựa trên năng lực phải tách khỏi chu kỳ bầu cử, động cơ đảng phái hoặc xung đột lợi ích tiềm ẩn khác có thể làm suy yếu tính độc lập của Hội đồng Quản trị.

Hội đồng Quản trị Doanh nghiệp Nhà nước nên có quyền khuyến nghị cơ quan đại diện chủ sở hữu về tiêu chí Thành viên Hội đồng Quản trị, yêu cầu kỹ năng, đánh giá thành viên. Việc lập ủy ban đề cử hoặc ủy ban chuyên trách để giám sát quá trình tìm ứng viên cũng có thể có ích, giúp việc tìm kiếm và đề cử tốt hơn. Các đề cử nên được công bố trước kỳ họp đại hội cổ đông, kèm theo hồ sơ lý lịch, kinh nghiệm chuyên môn và đánh giá đạo đức của ứng viên. Trong trường hợp việc bổ nhiệm không thông qua đại hội cổ đông (ví dụ do Nhà nước nắm giữ 100% vốn), các nguyên tắc trên vẫn cần được áp dụng đầy đủ.

Cơ quan đại diện chủ sở hữu có thể duy trì cơ sở dữ liệu ứng viên đủ năng lực, phát triển qua cơ chế cạnh tranh công khai. Cũng có thể sử dụng công ty tuyển dụng chuyên nghiệp hoặc quảng cáo quốc tế để nâng cao chất lượng tuyển chọn, nhất là về chuyên môn khu vực tư nhân và kinh nghiệm quốc tế, đồng thời hỗ trợ gia tăng tính đa dạng trong Hội đồng Quản trị (ví dụ đa dạng giới).

Một số quốc gia đã áp dụng chỉ tiêu bắt buộc hoặc mục tiêu tự nguyện về tỷ lệ nữ giới trong Hội đồng Quản trị và Ban Điều hành. Cơ quan đại diện chủ sở hữu nên cân nhắc áp dụng các chuẩn mực liên quan của OECD về đa dạng giới và các dạng đa dạng khác (ví dụ độ tuổi, dân tộc, kinh nghiệm…) khi đề cử Thành viên Hội đồng Quản trị. Ngoài ra, cơ quan đại diện chủ sở hữu cũng có thể thực hiện thêm biện pháp bổ trợ nhằm nâng cao nguồn nhân lực là nữ, tăng tính đa dạng cho Hội đồng Quản trị và Ban Điều hành.

II.F.3. Xác lập và giám sát việc thực hiện các nhiệm vụ và kỳ vọng tổng thể đối với Doanh nghiệp Nhà nước, bao gồm mục tiêu tài chính, mục tiêu cơ cấu vốn, mức độ chấp nhận rủi ro, phát triển bền vững, phù hợp với lý do sở hữu của nhà nước.

Như đã đề cập, chính phủ đóng vai trò chủ động nên xác lập và truyền đạt các nhiệm vụ, kỳ vọng tổng thể cho Doanh nghiệp Nhà nước do chính phủ sở hữu toàn bộ. Nếu chính phủ không sở hữu 100%, thường không thể chính thức “yêu cầu” doanh nghiệp thực hiện mục tiêu cụ thể, mà chỉ có thể truyền đạt kỳ vọng qua kênh cổ đông.

“Nhiệm vụ” của Doanh nghiệp Nhà nước thường là một văn bản ngắn gọn (đôi khi được quy định trong luật), nêu rõ mục tiêu dài hạn cấp cao của Doanh nghiệp Nhà nước, phù hợp với lý do sở hữu doanh nghiệp. Thông thường, “nhiệm vụ” sẽ xác định các hoạt động chủ đạo và làm rõ mục tiêu kinh tế và cả mục tiêu chính sách công (nếu có). Việc xác định rõ nhiệm vụ giúp tăng cường trách nhiệm giải trình tại cấp doanh nghiệp, ngăn ngừa tình trạng “cài cắm” đột ngột các nghĩa vụ chính sách có thể gây cản trở hoạt động kinh doanh của Doanh nghiệp Nhà nước. “Nhiệm vụ” cũng đóng vai trò là khung để nhà nước đưa ra và giám sát các mục tiêu trung và ngắn hạn.

Bên cạnh việc xác lập nhiệm vụ chung, cơ quan đại diện chủ sở hữu cũng cần truyền đạt các mục tiêu cụ thể về tài chính, vận hành hoặc phi tài chính (gồm phát triển bền vững) cho Doanh nghiệp Nhà nước và tiến hành giám sát định kỳ. Qua đó, tránh trường hợp Doanh nghiệp Nhà nước có quá nhiều tự chủ trong đặt mục tiêu hay xác định phạm vi mục tiêu chính sách công (kể cả nghĩa vụ dịch vụ công). Mục tiêu có thể gồm tránh méo mó thị trường và theo đuổi lợi nhuận, thể hiện qua một số chỉ số (tỉ suất lợi nhuận, chính sách cổ tức, khuôn khổ đánh giá phù hợp của cơ cấu vốn…). Thiết lập mục tiêu đôi khi đòi hỏi đánh đổi, ví dụ giữa giá trị cho cổ đông, năng lực đầu tư dài hạn, mục tiêu chính sách công, yêu cầu phát triển bền vững, nghĩa vụ dịch vụ công, hay kể cả vấn đề an sinh việc làm. Nhà nước nên làm rõ thứ tự ưu tiên và cách giải quyết các đánh đổi, nhưng không can thiệp vào công việc vận hành, tôn trọng sự độc lập của Hội đồng Quản trị.

II.F.4. Xây dựng hệ thống báo cáo cho phép cơ quan đại diện chủ sở hữu thường xuyên theo dõi, đánh giá hiệu suất của Doanh nghiệp Nhà nước, cũng như giám sát việc tuân thủ các chuẩn mực quản trị hiện hành, bao gồm việc ứng dụng công nghệ số.

Để cơ quan đại diện chủ sở hữu có thể ra quyết định sáng suốt về những vấn đề cốt lõi, họ cần nhận được thông tin cần thiết, kịp thời. Cần có cơ chế giám sát liên tục hoạt động, kết quả Doanh nghiệp Nhà nước, bao gồm việc sử dụng công nghệ số. Cơ quan đại diện chủ sở hữu cần bảo đảm Doanh nghiệp Nhà nước có hệ thống báo cáo bên ngoài phù hợp, phản ánh trung thực kết quả và tình hình tài chính của doanh nghiệp theo chuẩn mực kế toán quốc tế, giúp cơ quan đại diện chủ sở hữu phản ứng kịp thời và can thiệp có chọn lọc. Hệ thống báo cáo này cũng phải cho phép các cơ quan nhà nước liên quan giám sát, đánh giá rủi ro tài khóa, nhất là trường hợp nhà nước hỗ trợ Doanh nghiệp Nhà nước ở mức lớn hoặc Doanh nghiệp Nhà nước có tầm quan trọng hệ thống ảnh hưởng tài khóa hay ổn định tài chính.

Cơ quan đại diện chủ sở hữu nên áp dụng phương pháp và cách định giá phù hợp để theo dõi hiệu suất Doanh nghiệp Nhà nước so với mục tiêu đề ra. Việc so sánh với doanh nghiệp trong khu vực tư hoặc Doanh nghiệp Nhà nước ở trong nước và nước ngoài có thể hỗ trợ. Nếu không có tổ chức tương đồng để đối chiếu, có thể so sánh một số khía cạnh cụ thể về vận hành, kết quả. Đặc biệt, đối với Doanh nghiệp Nhà nước không chịu cạnh tranh, so sánh năng suất lao động, hiệu quả sử dụng nhân lực, tài sản và vốn là cách quan trọng để đánh giá và định hướng cải thiện.

Giám sát hiệu quả cũng được hỗ trợ bởi năng lực kế toán – kiểm toán đầy đủ trong cơ quan đại diện chủ sở hữu, nhằm giao tiếp với bộ phận tài chính của Doanh nghiệp Nhà nước, kiểm toán viên nội bộ, kiểm toán viên độc lập và cơ quan kiểm soát nhà nước cụ thể. Cơ quan đại diện chủ sở hữu phải yêu cầu Hội đồng Quản trị Doanh nghiệp Nhà nước thiết lập các biện pháp kiểm soát nội bộ, đạo đức, tuân thủ để phát hiện, ngăn chặn vi phạm pháp luật.

II.F.5. Xây dựng chính sách công bố thông tin cho Doanh nghiệp Nhà nước, xác định thông tin nào cần công khai, kênh công bố phù hợp và cơ chế đảm bảo chất lượng thông tin.

Để đảm bảo trách nhiệm giải trình đầy đủ của Doanh nghiệp Nhà nước đối với cổ đông, cơ quan giám sát và xã hội, nhà nước với tư cách là cổ đông nên xây dựng và truyền đạt một chính sách minh bạch, mạch lạc về công bố thông tin. Chính sách cần nhấn mạnh yêu cầu báo cáo thông tin quan trọng. Quá trình xây dựng chính sách dựa trên việc rà soát các quy định pháp luật hiện hành áp dụng cho Doanh nghiệp Nhà nước, xác định khoảng trống so với thông lệ tốt quốc tế hoặc yêu cầu niêm yết trong nước (bao gồm cả quy tắc Quản trị Công ty). Từ đó, nhà nước có thể đưa ra biện pháp cải thiện như đề nghị sửa đổi luật, quy định hoặc soạn hướng dẫn, quy tắc để nâng cao chất lượng thực hành công bố ở cấp doanh nghiệp. Quá trình này nên có sự tham vấn từ Hội đồng Quản trị Doanh nghiệp Nhà nước, Ban Điều hành, cơ quan quản lý, lập pháp, cổ đông và các bên liên quan khác.

Cơ quan đại diện chủ sở hữu cần truyền thông rộng rãi, hiệu quả về chính sách và khung công bố thông tin cho Doanh nghiệp Nhà nước, khuyến khích thực thi và bảo đảm chất lượng thông tin, kể cả sử dụng nền tảng kỹ thuật số. Các cơ chế hỗ trợ có thể gồm: soạn tài liệu hướng dẫn, tổ chức đào tạo cho Doanh nghiệp Nhà nước; giải thưởng tôn vinh Doanh nghiệp Nhà nước có thực hành công bố xuất sắc; xác nhận độc lập bên ngoài và đo lường, đánh giá, báo cáo về việc Doanh nghiệp Nhà nước tuân thủ yêu cầu công bố.

II.F.6. Khi phù hợp và được pháp luật cho phép, duy trì đối thoại liên tục với kiểm toán viên độc lập và các cơ quan kiểm soát nhà nước chuyên trách.

Quy định của mỗi quốc gia về việc tương tác với kiểm toán viên độc lập sẽ có sự khác biệt. Ở vài nơi thì đó là đặc quyền của Hội đồng Quản trị; trong khi ở những nơi mà nhà nước sở hữu toàn bộ, cơ quan đại diện chủ sở hữu có thể đại diện đại hội đồng cổ đông (cổ đông duy nhất) để thực hiện việc liên hệ và phối hợp với kiểm toán viên độc lập. Trong trường hợp này, cơ quan đại diện chủ sở hữu cần năng lực phù hợp, kể cả am hiểu kế toán tài chính chi tiết. Tùy luật pháp, cơ quan đại diện chủ sở hữu có thể, thông qua đại hội đồng cổ đông, đề cử, bầu chọn hay bổ nhiệm kiểm toán viên độc lập. Đối với Doanh nghiệp Nhà nước sở hữu toàn bộ, cơ quan đại diện chủ sở hữu nên đối thoại thường xuyên với kiểm toán viên độc lập và cơ quan kiểm soát nhà nước liên quan, dưới hình thức họp trao đổi định kỳ hay bàn bạc khi có vấn đề cụ thể. Kiểm toán viên độc lập cung cấp quan điểm bên ngoài, khách quan, đủ chuyên môn về kết quả hoạt động, tình hình tài chính của Doanh nghiệp Nhà nước. Tuy vậy, đối thoại giữa cơ quan đại diện chủ sở hữu với kiểm toán viên không thể làm giảm trách nhiệm của Hội đồng Quản trị.

Nhìn chung, thông lệ tốt cho thấy việc đề xuất kiểm toán viên độc lập nên do Ủy ban Kiểm toán độc lập của Hội đồng Quản trị hoặc một cơ quan tương đương đảm nhiệm, và kiểm toán viên độc lập được lựa chọn, bổ nhiệm hoặc phê duyệt bởi ủy ban này hoặc trực tiếp bởi đại hội đồng cổ đông. Điều đó làm rõ kiểm toán viên phải chịu trách nhiệm với cổ đông.

Trường hợp Doanh nghiệp Nhà nước đã niêm yết hoặc có sự tham gia của cổ đông ngoài nhà nước, cơ quan đại diện chủ sở hữu phải tôn trọng đầy đủ quyền và bảo đảm sự đối xử công bằng với các cổ đông thiểu số. Việc trao đổi với kiểm toán viên độc lập không được đem lại cho cơ quan đại diện chủ sở hữu thông tin ưu tiên và phải tuân thủ quy định về thông tin nhạy cảm và bảo mật.

II.F.7. Bảo đảm việc thực hiện quyền sở hữu được thực thi đồng bộ trong trường hợp có nhiều cơ quan đại diện chủ sở hữu cùng tham gia.

Nhà nước nên trực tiếp thực thi quyền sở hữu một cách thống nhất. Nếu quyền này thuộc nhiều cơ quan đại diện chủ sở hữu, trực tiếp hay gián tiếp, hành động phối hợp khi phù hợp, cổ đông nên được khuyến khích hợp tác và phối hợp trong việc đề cử, bầu Thành viên Hội đồng Quản trị, đưa đề xuất vào chương trình nghị sự và thảo luận trực tiếp với Doanh nghiệp Nhà nước để cải thiện quản trị. Việc này phải tuân thủ pháp luật, như yêu cầu về công bố quyền sở hữu hưởng lợi (beneficial ownership). Tuy nhiên, phải cảnh giác để hợp tác không bị lạm dụng nhằm thao túng thị trường hoặc gây tác động phản cạnh tranh hay các hành vi lạm dụng khác, đồng thời bảo đảm đối xử công bằng theo tinh thần được nêu trong Chương IV.

Sự phối hợp này cũng không được làm phương hại khả năng các cơ quan đại diện chủ sở hữu hoàn thành nghĩa vụ ủy thác, tránh xung đột lợi ích trong thực thi trách nhiệm với các bên liên quan. Họ nên công khai cách thức thực hiện quyền sở hữu tại Doanh nghiệp Nhà nước mà họ đầu tư, cũng như cách thức quản lý xung đột lợi ích, phù hợp các chuẩn mực quản trị của OECD.

II.F.8. Xây dựng chính sách đãi ngộ toàn diện, minh bạch cho Hội đồng Quản trị Doanh nghiệp Nhà nước, khuyến khích lợi ích trung-dài hạn của doanh nghiệp, có thể thu hút và thúc đẩy chuyên gia đủ năng lực.

Chính sách thù lao dành cho Hội đồng Quản trị có thể khác nhau đáng kể giữa các quốc gia. Việc xây dựng một chính sách đãi ngộ tổng thể, rõ ràng và minh bạch là rất quan trọng để đặt ra hướng dẫn hoặc nguyên tắc chung, thường nêu trong chính sách sở hữu. Chính sách này có thể chỉ dẫn về mức đãi ngộ, vai trò của ủy ban thù lao, cơ chế công bố và trách nhiệm giải trình. Có cơ sở vững chắc để gắn đãi ngộ của Thành viên Hội đồng Quản trị Doanh nghiệp Nhà nước với thông lệ thị trường. Đối với những Doanh nghiệp Nhà nước có mục tiêu kinh tế rõ ràng và hoạt động trong môi trường cạnh tranh, mức thù lao của Hội đồng Quản trị cần tương xứng với lợi ích dài hạn của Doanh nghiệp Nhà nước, phù hợp với điều kiện thị trường, bảo đảm thu hút và giữ chân các Thành viên Hội đồng Quản trị có năng lực. Tuy nhiên, cũng cần tránh phản ứng công chúng tiêu cực do mức thù lao quá cao, có thể gây khó khăn cho việc thu hút nhân tài, mặc dù một số yếu tố khác (như uy tín, danh tiếng, cơ hội xây dựng mối quan hệ) cũng là khía cạnh đáng kể trong đãi ngộ Hội đồng Quản trị.

Để thu hút các ứng viên chất lượng cao và chuyên nghiệp, chính sách lương thưởng của Doanh nghiệp Nhà nước cần: Phản ánh mặt bằng thị trường lao động, phù hợp với mức độ phức tạp trong hoạt động của doanh nghiệp; Góp phần nâng cao tính liêm chính và hiệu quả của Hội đồng Quản trị. Đặc biệt, cơ quan chủ sở hữu Nhà nước cần xác lập cân bằng hợp lý giữa: Mức lương thấp hơn mặt bằng thị trường, dẫn đến khó tuyển dụng người đủ năng lực và mức lương quá cao, gây phản ứng tiêu cực trong dư luận về lương công chức cao bất thường, đồng thời tạo động cơ sai lệch, không gắn với lợi ích dài hạn của doanh nghiệp và cổ đông.

Ở một số nơi, mức đãi ngộ được đại hội đồng cổ đông phê duyệt, lý tưởng là theo đề xuất/phê duyệt của ủy ban do Hội đồng Quản trị hoặc đại hội đồng cổ đông lập, hoặc do cơ quan đại diện chủ sở hữu ấn định dựa trên thông lệ thị trường tương xứng độ phức tạp hoạt động Doanh nghiệp Nhà nước. Tùy quy mô và định hướng Doanh nghiệp Nhà nước, mức thù lao cũng có thể quy định bởi luật hoặc áp dụng khung lương của khu vực công, song phải bảo đảm vẫn đủ cạnh tranh. Thông lệ tốt thường khuyến nghị không nên áp dụng lương thưởng dựa trên hiệu suất cho Thành viên Hội đồng Quản trị, vì điều này dễ gắn lợi ích của họ với Ban Điều hành, tránh việc đồng thuận mù quáng với lãnh đạo doanh nghiệp vì mục tiêu lợi nhuận ngắn hạn; ngăn chặn các rủi ro quản trị phát sinh từ quyết định thiếu kiểm soát. Trường hợp áp dụng thù lao biến đổi, nên xem xét cẩn trọng tỉ lệ thu nhập của họ gắn với mục tiêu hiệu suất.

Hướng dẫn Chi tiết Chương III: Doanh nghiệp Nhà nước trên thị trường

Khung pháp lý, quy định và chính sách cho Doanh nghiệp Nhà nước cần đảm bảo một sân chơi bình đẳng và cạnh tranh công bằng khi Doanh nghiệp Nhà nước tham gia vào các hoạt động kinh tế.

Khi Doanh nghiệp Nhà nước thực hiện hoạt động kinh tế, thường có sự đồng thuận rằng hoạt động này phải được tiến hành mà không có lợi thế hay bất lợi không chính đáng so với các Doanh nghiệp Nhà nước khác hoặc doanh nghiệp tư nhân. Tuy nhiên, vẫn còn ít sự đồng thuận về cách thức cụ thể để tạo ra một "sân chơi bình đẳng", đặc biệt là khi Doanh nghiệp Nhà nước đảm đương các mục tiêu chính sách công quan trọng. Bên cạnh những thách thức cụ thể như đảm bảo tính trung lập về pháp lý, hành chính, thuế, nợ, quy định, còn có những vấn đề rộng hơn cần xem xét, chẳng hạn như việc định giá chi phí của các nghĩa vụ dịch vụ công và (khi khả thi) tách bạch hoạt động kinh tế khỏi hoạt động phi kinh tế. Tính trung lập cần được duy trì theo *Khuyến nghị của OECD về trung lập cạnh tranh*. Bên cạnh đó, khi Doanh nghiệp Nhà nước mở rộng hoạt động quốc tế, tham gia vào các thị trường và chuỗi giá trị, cần có các giải pháp bổ sung để ngăn ngừa và giảm thiểu sự méo mó thị trường, chẳng hạn như hành vi phân biệt đối xử của Doanh nghiệp Nhà nước.

III.A. Cần tách bạch rõ ràng giữa chức năng sở hữu của nhà nước và các chức năng khác của nhà nước có thể ảnh hưởng đến điều kiện thị trường đối với các Doanh nghiệp Nhà nước, đặc biệt là trong lĩnh vực điều tiết thị trường và hoạch định chính sách.

Khi nhà nước đồng thời làm nhà hoạch định chính sách, cơ quan điều tiết thị trường và chủ sở hữu của các Doanh nghiệp Nhà nước hoạt động trong lĩnh vực kinh tế, nhà nước vừa là "người chơi" chủ đạo vừa là "trọng tài". Điều này có thể tạo ra xung đột lợi ích, bất lợi cho doanh nghiệp, nhà nước lẫn cộng đồng. Việc tách bạch đầy đủ, minh bạch trách nhiệm về chính sách, sở hữu và điều tiết thị trường là điều kiện cơ bản để xây dựng sân chơi bình đẳng cho Doanh nghiệp Nhà nước và doanh nghiệp tư nhân, và tránh méo mó cạnh tranh. Đây cũng là yêu cầu thiết yếu để ngăn chặn sự can thiệp quá mức từ phía nhà nước, và là một khuyến nghị then chốt trong Bộ hướng dẫn của OECD về phòng chống tham nhũng và tăng cường liêm chính trong Doanh nghiệp Nhà nước, cần được các quốc gia thành viên thực hiện đầy đủ. Theo đó, mọi cơ quan chính phủ có trách nhiệm ban hành chính sách, điều tiết thị trường hoặc lĩnh vực liên quan không nên đảm đương trách nhiệm sở hữu Doanh nghiệp Nhà nước thuộc lĩnh vực đó.

Trong trường hợp Doanh nghiệp Nhà nước được dùng làm phương tiện thực thi chính sách công cụ thể (ví dụ thúc đẩy phát triển bền vững, bình ổn vĩ mô hay tăng trưởng kinh tế), việc thiếu tách bạch giữa chức năng sở hữu và chức năng chính sách có thể gây nhầm lẫn mục tiêu và xung đột lợi ích giữa các bộ phận nhà nước. Tuy nhiên, tách bạch không có nghĩa ngăn cản sự phối hợp cần thiết giữa các cơ quan liên quan. Thay vào đó, nó giúp nhà nước được nhận diện rõ vai trò chủ sở hữu, minh bạch hóa quá trình xác định mục tiêu, giám sát hiệu quả và gắn kết chính sách, nhất là với vấn đề bền vững.

Ngoài ra, cần tách bạch rõ ràng, minh bạch giữa chức năng sở hữu với bất kỳ cơ quan nào của nhà nước có thể là khách hàng hoặc nhà cung cấp chính cho Doanh nghiệp Nhà nước. Các rào cản pháp lý hoặc phi pháp lý làm cản trở cạnh tranh mua sắm bình đẳng cần được loại bỏ. Khi triển khai tách bạch hiệu quả giữa các vai trò khác nhau của nhà nước đối với Doanh nghiệp Nhà nước, phải tính đến cả xung đột lợi ích trên thực tế lẫn xung đột có thể xảy ra.

III.B. Các bên liên quan và đối tượng quan tâm khác, bao gồm cả đối thủ cạnh tranh, cần có quyền tiếp cận các cơ chế khiếu nại hiệu quả thông qua các quy trình pháp lý, hòa giải hoặc trọng tài độc lập khi cho rằng quyền lợi của họ bị xâm phạm. Hình thức pháp lý của Doanh nghiệp Nhà nước phải cho phép Doanh nghiệp Nhà nước tiến hành thủ tục phá sản và đảm bảo rằng chủ nợ có thể đòi quyền lợi của mình.

Doanh nghiệp Nhà nước cũng như chính phủ với vai trò cổ đông không được hưởng đặc quyền miễn truy tố trước tòa nếu bị cáo buộc vi phạm pháp luật hay nghĩa vụ hợp đồng. Các bên liên quan, bảo gồm cả đối thủ cạnh tranh... cần có quyền tiếp cận cơ chế giải quyết tranh chấp hiệu quả và quyền khiếu nại Doanh nghiệp Nhà nước hoặc nhà nước với tư cách là chủ sở hữu tại tòa, hoặc thông qua các phương thức giải quyết tranh chấp khác (trọng tài, hòa giải) nếu được thỏa thuận, họ phải được hệ thống tư pháp đối xử công bằng, bình đẳng, không nên lo sợ bị cơ quan nhà nước (với tư cách là chủ sở hữu) có động thái bất lợi. Ngoài ra, Doanh nghiệp Nhà nước nên chịu sự điều chỉnh tương đương đối với các quy định về phá sản, vỡ nợ như doanh nghiệp tư nhân tương tự.

III.C. Khi Doanh nghiệp Nhà nước đảm nhận nghĩa vụ dịch vụ công, cần được nhận diện minh bạch, cụ thể, cho phép phân bổ chính xác chi phí và doanh thu.

Trường hợp Doanh nghiệp Nhà nước thực hiện nghĩa vụ dịch vụ công, việc công khai đầy đủ các nghĩa vụ, căn cứ, phạm vi và bù đắp/ưu đãi liên quan là rất quan trọng. Cần tách bạch về cấu trúc hoặc kế toán để xác định, tính toán và tài trợ nghĩa vụ dịch vụ công một cách chính xác, minh bạch.

Cụ thể:

III.C.1. Phải duy trì tiêu chuẩn cao về tính minh bạch và công bố thông tin liên quan đến chi phí, doanh thu.

Các nghĩa vụ dịch vụ công cần được xác định rõ ràng và công bố minh bạch. Lý tưởng nhất là áp dụng cơ chế tách bạch về kế toán, chức năng hoặc mô hình doanh nghiệp để ghi nhận riêng biệt các loại hình hoạt động khác nhau. Tuy vậy, cần lưu ý rằng tùy theo các yếu tố sản xuất của Doanh nghiệp Nhà nước (công nghệ, thiết bị, nhân lực), việc tách bạch cấu trúc có thể không khả thi, hoặc nếu có thể thì đôi khi lại không hiệu quả về kinh tế. Do đó, cần cân nhắc kỹ lưỡng giữa lợi ích và chi phí của việc tách bạch về mặt cấu trúc với biện pháp hành vi.

Trong trường hợp các nghĩa vụ dịch vụ công tiếp tục được gộp chung với các hoạt động kinh tế, các yếu tố như chi phí, tài sản, nợ thường sẽ được chia sẻ. Để đảm bảo một sân chơi bình đẳng, cần có mức độ minh bạch cao và công bố cơ cấu chi phí. Điều này càng quan trọng khi Doanh nghiệp Nhà nước nhận trợ cấp hoặc các ưu đãi khác từ chính phủ. Phải tách bạch rõ ràng chi phí, tài sản giữa tài khoản cho nghĩa vụ dịch vụ công và (các) hoạt động kinh tế, tránh trợ cấp chéo bóp méo thị trường.

III.C.2. Các chi phí ròng phát sinh từ việc thực hiện nghĩa vụ dịch vụ công cần được cấp kinh phí riêng biệt, theo nguyên tắc tương xứng và được công bố rõ ràng, bảo đảm việc bù đắp không bị sử dụng sai mục đích để trợ giá chéo.

Để giữ sân chơi bình đẳng, Doanh nghiệp Nhà nước phải được bù đắp đủ chi phí cho nhiệm vụ dịch vụ công, tránh tình trạng bù đắp quá mức – dẫn đến doanh nghiệp không hoạt động hiệu quả hoặc vô hình chung trợ cấp cho hoạt động cạnh tranh – hay bù đắp quá ít – khiến doanh nghiệp gặp khó khăn và bất lợi so với đối thủ tư nhân. Mọi khoản chi ròng liên quan đến nghĩa vụ dịch vụ công phải xác định rõ, công bố đầy đủ và bù đắp thỏa đáng theo cơ sở pháp lý và/hoặc cơ chế hợp đồng. Cách thức tài trợ cũng cần công khai. Phương thức bù đắp nên thiết kế để tránh méo mó thị trường, nhất là khi doanh nghiệp vừa làm dịch vụ công vừa hoạt động kinh tế. Trợ cấp này phải được định mức tương xứng với chi phí ròng khi làm dịch vụ công, không dùng bù cho hoạt động kinh tế khác hoặc bù đắp doanh nghiệp/tổ chức khác. Cần giám sát, đánh giá việc cấp và thực thi nghĩa vụ dịch vụ công trong hệ thống đánh giá hiệu quả chung, đồng thời rà soát định kỳ. Việc giám sát, kiểm soát độc lập bởi cơ quan nhà nước liên quan nên bảo đảm cách tính tài trợ dựa trên mục tiêu rõ ràng, tương xứng, minh bạch, và chi phí vận hành hiệu quả, kể cả chi phí vốn.

III.D. Theo nguyên tắc chung, không nên dùng Doanh nghiệp Nhà nước để trợ cấp hoặc tạo lợi thế cạnh tranh cho các hoạt động thương mại. Nếu Doanh nghiệp Nhà nước được giao thực hiện biện pháp hỗ trợ nhằm thực hiện mục tiêu chính sách công, cần đảm bảo: (i) Biện pháp hỗ trợ nhất quán với quy tắc cạnh tranh và thương mại; (ii) Được xác định, công bố rõ ràng; (iii) Không gây bất lợi không công bằng cho doanh nghiệp thương mại khác.

Trên nguyên tắc chung, Doanh nghiệp Nhà nước không nên được dùng như một công cụ để trợ cấp cho các hoạt động thương mại mà doanh nghiệp thực hiện, và cần bảo đảm bất kỳ biện pháp nào như vậy cũng phải minh bạch, phù hợp với các nghĩa vụ thương mại và cạnh tranh. Tuy nhiên, đôi lúc nghĩa vụ chính sách công có thể đòi hỏi Doanh nghiệp Nhà nước được cấp tài trợ, cho vay hoặc ưu đãi khác cho các hoạt động thương mại đảm nhận. Quyết định giao nhiệm vụ này cho Doanh nghiệp Nhà nước phải xem xét nguyên tắc ở Hướng dẫn I.A, tức hướng tới tối đa hóa giá trị lâu dài một cách hiệu quả, bền vững, và không được tạo bất lợi không công bằng, không có cơ sở pháp lý hoặc vượt quá mức cần thiết.

Ví dụ các "lợi thế" đáng quan ngại gồm: trợ cấp, khoản vay ưu đãi, bảo lãnh vay, đầu tư vốn... hay hỗ trợ dưới dạng hiện vật (giá bán dưới mức thị trường cho năng lượng, bất động sản, hạ tầng công nghệ thông tin, quyền tiếp cận dữ liệu...). Việc cấp hỗ trợ qua Doanh nghiệp Nhà nước cần tuân thủ quy định hiện hành. Nếu mục tiêu hỗ trợ công là để bảo đảm cung cấp hàng hóa/dịch vụ không khả thi kinh doanh, hoặc khu vực tư không sẵn sàng cung cấp, thường không phát sinh lo ngại về cạnh tranh. Trái lại, nếu can thiệp vào thị trường có cạnh tranh (thực tế hoặc tiềm năng), cần đánh giá tác động lên hiệu quả thị trường và chi phí kinh tế. Phù hợp với các điểm trên, bất kỳ trợ cấp hay ưu đãi nào gắn với việc đạt mục tiêu chính sách công cần được Doanh nghiệp Nhà nước liên quan công khai rõ ràng.

Cũng cần chú ý mọi biện pháp hỗ trợ phải tuân thủ luật, quy định và nghĩa vụ quốc tế. Việc cấp tài trợ, cho vay hoặc ưu đãi cho doanh nghiệp có thể xung đột với quy tắc thương mại – đầu tư quốc tế, gây hại đến tính trung lập cạnh tranh.

III.E. Nhà nước không nên miễn trừ cho Doanh nghiệp Nhà nước khỏi việc áp dụng và thực thi các quy định pháp luật, quy chuẩn và cơ chế dựa trên thị trường khi Doanh nghiệp Nhà nước tham gia các hoạt động kinh tế; đồng thời cần bảo đảm sự trung lập về thuế, nợ và quy định để tránh phân biệt đối xử không phù hợp giữa Doanh nghiệp Nhà nước và các đối thủ cạnh tranh.

Khi Doanh nghiệp Nhà nước có hoạt động kinh tế, cần tránh việc miễn trừ (trong luật lẫn thực tế) một số quy định đáng lẽ áp dụng cho công ty tư nhân (thuế, hành chính, cạnh tranh, phá sản, quy định xây dựng). Doanh nghiệp Nhà nước và đối thủ tư nhân nên được đối xử bình đẳng, kể cả quyền "đối xử quốc gia" và quy tắc tiếp cận thị trường. Điều này gồm cả việc tuân thủ Tuyên bố OECD về đầu tư quốc tế và doanh nghiệp đa quốc gia [OECD/LEGAL/0001], Bộ quy tắc tự do hóa giao dịch vô hình hiện hành và Bộ quy tắc tự do hóa luồng vốn [OECD/LEGAL/0002], (nếu phù hợp).

Khi Doanh nghiệp Nhà nước hưởng lợi thế không chính đáng từ việc sở hữu nhà nước (như ưu đãi, tách biệt khỏi áp lực quy định, giới hạn ngân sách "mềm", tiếp cận bảo lãnh chính phủ ngầm, hay khoản vay thấp hơn thị trường), họ có thể không phản ứng đúng mức với cơ chế thị trường (ví dụ giá carbon hay cơ chế mua bán phát thải). Tương tự, nếu không tuân thủ tiêu chuẩn về kinh doanh có trách nhiệm, Doanh nghiệp Nhà nước cũng gây ảnh hưởng đến cạnh tranh.

III.F. Hoạt động kinh tế của Doanh nghiệp Nhà nước phải tuân thủ điều kiện thị trường, kể cả khi vay nợ hoặc huy động vốn chủ sở hữu.

Cần áp dụng biện pháp bảo đảm hoạt động kinh tế của Doanh nghiệp Nhà nước (gồm mua bán hàng hóa, dịch vụ, tiếp cận – cấp phát – nhận tài chính dưới hình thức nợ hoặc vốn cổ phần) phản ánh điều kiện thị trường, dù khoản tài chính đó đến từ ngân sách nhà nước, Doanh nghiệp Nhà nước khác hay thị trường thương mại.

Cụ thể:

III.F.1. Mọi quan hệ kinh doanh của Doanh nghiệp Nhà nước, kể cả với tổ chức tài chính, phải thuần túy theo thương mại.

Trong một số trường hợp, chủ nợ có xu hướng cho rằng Doanh nghiệp Nhà nước được chính phủ ngầm bảo lãnh. Điều này dẫn đến việc Doanh nghiệp Nhà nước tiếp cận nguồn vốn dễ dàng hơn hoặc với được vay với chi phí thấp một cách bất thường, từ đó làm méo mó môi trường cạnh tranh. Thêm vào đó, ở những nước mà tổ chức tài chính nhà nước hoặc nhà đầu tư tổ chức thuộc sở hữu nhà nước thường là chủ nợ chính của Doanh nghiệp Nhà nước đang tham gia hoạt động kinh tế, tiềm ẩn rất nhiều nguy cơ xung đột lợi ích. Việc dựa vào tổ chức tài chính hoặc nhà đầu tư nhà nước có thể che chắn Doanh nghiệp Nhà nước khỏi áp lực và giám sát thị trường, làm sai lệch hệ thống khuyến khích, tạo ra tình trạng vay nợ quá mức, lãng phí nguồn lực và gây biến dạng thị trường.

Do đó, cần phân định rạch ròi trách nhiệm của chính phủ và của Doanh nghiệp Nhà nước đối với chủ nợ. Chính phủ cần thiết lập cơ chế quản lý xung đột lợi ích, đồng thời bảo đảm Doanh nghiệp Nhà nước hình thành mối quan hệ với ngân hàng nhà nước, các tổ chức tài chính hoặc nhà đầu tư tổ chức thuộc sở hữu nhà nước – cũng như với các Doanh nghiệp Nhà nước khác – dựa trên tiêu chí thuần túy thương mại. Các ngân hàng nhà nước phải áp dụng cùng một điều kiện và tiêu chuẩn cho cả Doanh nghiệp Nhà nước và doanh nghiệp tư nhân khi cho vay. Cơ chế này cũng có thể áp dụng các giới hạn, đồng thời theo dõi chặt chẽ việc Thành viên Hội đồng Quản trị của Doanh nghiệp Nhà nước có mặt trong Hội đồng Quản trị của ngân hàng nhà nước.

Khi chính phủ cấp bảo lãnh cho Doanh nghiệp Nhà nước, về bản chất là để thay thế việc rót vốn chủ sở hữu, có thể phát sinh thêm nhiều vấn đề. Nguyên tắc chung là nhà nước không nên tự động bảo lãnh các khoản nợ của Doanh nghiệp Nhà nước. Cũng nên xây dựng thông lệ minh bạch về việc công bố cũng như định giá (hoặc chi phí) bảo lãnh, đồng thời khuyến khích Doanh nghiệp Nhà nước tìm nguồn vốn trên thị trường tài chính. Đối với chủ nợ thương mại – để xử lý vấn đề "bảo lãnh ngầm" – chính phủ cần làm rõ cho mọi bên tham gia thị trường biết việc mình không bảo lãnh các khoản nợ phát sinh của Doanh nghiệp Nhà nước, hoặc nếu cần, công khai bất kỳ biện pháp nào phải áp dụng trong tình huống khẩn cấp. Chính phủ cũng có thể cân nhắc giải pháp yêu cầu Doanh nghiệp Nhà nước nộp bổ sung một khoản vào ngân sách, nếu Doanh nghiệp Nhà nước được hưởng chi phí vay thấp hơn mức các doanh nghiệp tư phải chịu trong hoàn cảnh tương tự.

Quan hệ giữa Doanh nghiệp Nhà nước với các đối tác kinh doanh khác, kể cả Doanh nghiệp Nhà nước khác, cần tuân theo nguyên tắc độc lập và dựa trên cân nhắc thương mại; tuyệt đối không được xem đó là trợ cấp giá chéo cho Doanh nghiệp Nhà nước khác hoặc cho doanh nghiệp tư nhân.

III.F.2. Các hoạt động kinh tế của Doanh nghiệp Nhà nước không được hưởng lợi hoặc cung cấp bất kỳ hình thức hỗ trợ tài chính trực tiếp hoặc gián tiếp nào tạo ra lợi thế cạnh tranh so với doanh nghiệp tư nhân, chẳng hạn như tài chính ưu đãi (về nợ hoặc cổ phần), bảo lãnh, ưu đãi thuế hoặc ưu đãi tín dụng thương mại.

Để duy trì "sân chơi bình đẳng", Doanh nghiệp Nhà nước phải chịu các quy tắc tài chính và thuế tương đương với các đối thủ tư nhân trong điều kiện tương tự. Không thể mặc định rằng Doanh nghiệp Nhà nước, do "gần chính phủ", sẽ được phép nợ thuế kéo dài hay được xử lý thuế quá khoan dung.

Nhìn chung, Doanh nghiệp Nhà nước không nên có được các thỏa thuận tài chính "trái ngược thị trường" từ những Doanh nghiệp Nhà nước khác hoặc từ nhà nước (như tín dụng thương mại, góp vốn chủ sở hữu ở mức thấp hơn giá trị thị trường). Trừ phi các điều khoản đó hoàn toàn phù hợp với thông lệ doanh nghiệp bình thường, chúng sẽ trở thành hỗ trợ ưu đãi. Nhà nước cần có biện pháp để các giao dịch giữa Doanh nghiệp Nhà nước với nhau đều thực hiện dựa trên nguyên tắc thương mại. Nhà nước cũng cần chú ý quy trình quản lý sở hữu các tổ chức tài chính nhà nước, nhằm đảm bảo không tạo bất kỳ ưu thế nào thiếu phù hợp với điều kiện thị trường. Ví dụ: tổ chức tài chính nhà nước không nên cho vay hay cấp tín dụng dưới mức lãi suất thông thường. Tương tự, việc bơm vốn vào Doanh nghiệp Nhà nước từ quỹ đầu tư nhà nước không được thực hiện hay duy trì trong điều kiện phi thị trường. Thông tin hướng dẫn bổ sung về bảo lãnh ngầm hay công khai đã được nêu tại "Hướng dẫn III.F.1".

Các biện pháp hỗ trợ đột xuất của nhà nước (như cho vay hoặc vốn chủ sở hữu dưới mức lãi suất thị trường) nếu thực hiện trong tình huống khẩn cấp hay khủng hoảng, phải đảm bảo nguyên tắc trung lập cạnh tranh, nghĩa là hỗ trợ khẩn cấp phải minh bạch, có mục tiêu, giới hạn thời gian, không làm méo mó cạnh tranh – thương mại, và phù hợp với các mục tiêu dài hạn. Nhà nước sở hữu cần tuân thủ thông lệ quốc tế tốt trong hỗ trợ khẩn cấp, đồng thời cân nhắc, đề xuất giải pháp ít gây méo mó cạnh tranh nhưng vẫn đạt được mục tiêu chính sách. Bất kỳ hỗ trợ đột xuất nào cũng phải đi kèm kế hoạch thoái lui minh bạch.

Cần bảo đảm trung lập cạnh tranh tuân theo *Khuyến nghị của OECD về trung lập cạnh tranh.*

III.F.3. Hoạt động kinh tế của Doanh nghiệp Nhà nước không được nhận hoặc cung cấp đầu vào (như hàng hóa, năng lượng, nước, bất động sản, dữ liệu, đất đai, lao động) hoặc thỏa thuận (quyền sử dụng đất, nhượng quyền...) với giá hoặc điều kiện ưu ái hơn so với đối thủ tư nhân.

Doanh nghiệp Nhà nước không được nhận hay cung cấp các đầu vào như bất động sản, hàng hóa, dịch vụ, hạ tầng hay tài nguyên dữ liệu/internet với giá hoặc điều kiện tốt hơn so với doanh nghiệp tư cùng điều kiện, trừ phi đó là bù đắp cho nghĩa vụ dịch vụ công. Doanh nghiệp Nhà nước và công ty tư nhân nên đàm phán và tiếp cận quyền nhượng quyền trên cơ sở bình đẳng.

III.F.4. Hoạt động kinh tế của Doanh nghiệp Nhà nước phải đạt tỉ suất lợi nhuận (RoR) bền vững, tương đương với kết quả của doanh nghiệp tư nhân cạnh tranh trong điều kiện tương tự, xét trong dài hạn, ngoại trừ phần thực hiện nghĩa vụ dịch vụ công.

Doanh nghiệp Nhà nước tham gia hoạt động kinh tế được kỳ vọng đạt tỉ suất lợi nhuận tương đồng, về lâu dài, với doanh nghiệp tư nhân cạnh tranh trong điều kiện tương tự. Tuy nhiên, việc này không có nghĩa RoR của Doanh nghiệp Nhà nước phải giống hoàn toàn doanh nghiệp tư nhân.

RoR cần được cân nhắc theo chu kỳ dài, gắn với vòng đời sản phẩm, bởi cả trong khu vực tư nhân cạnh tranh gay gắt, RoR có thể dao động lớn trong ngắn hay trung hạn, và ngày càng nhiều doanh nghiệp tư cũng phải hạch toán các chi phí này theo yêu cầu bắt buộc hoặc tự nguyện. Bên cạnh đó, khi Doanh nghiệp Nhà nước tiến hành hoạt động kinh tế, mọi khoản vốn chủ sở hữu do ngân sách nhà nước đóng góp phải đi kèm yêu cầu RoR tối thiểu, tương ứng với doanh nghiệp tư trong hoàn cảnh tương tự. Một số chính phủ cho phép RoR thấp hơn khi bảng cân đối kế toán có nhu cầu đầu tư lớn trong ngắn hạn – điều này khá phổ biến ở nhiều doanh nghiệp khác, và nếu tính toán chặt chẽ thì không vi phạm nguyên tắc cạnh tranh công bằng. Ngược lại, một số chính phủ có thể giảm RoR để bù đắp những nghĩa vụ dịch vụ công mà Doanh nghiệp Nhà nước gánh; điều này chỉ nên thực hiện nếu việc giảm yêu cầu RoR liên quan trực tiếp đến việc thực thi nghĩa vụ dịch vụ công. Mục tiêu lợi nhuận cần phản ánh hồ sơ rủi ro và cơ cấu vốn của Doanh nghiệp Nhà nước, nhất quán với "Hướng dẫn I.A".

III.G. Khi Doanh nghiệp Nhà nước tham gia mua sắm công, dù trong vai trò bên dự thầu hay bên mời thầu, quy trình phải công khai, cạnh tranh, dựa trên tiêu chí đánh giá minh bạch, khách quan, khuyến khích đa dạng nhà cung ứng, và phải được đảm bảo bởi các tiêu chuẩn phù hợp về liêm chính và minh bạch, nhằm bảo đảm Doanh nghiệp Nhà nước cùng nhà cung ứng hoặc đối thủ tiềm năng không hưởng hay gánh chịu lợi thế/bất lợi quá mức.

Việc Doanh nghiệp Nhà nước tham gia mua sắm công là mối quan tâm đặc biệt với các chính phủ cam kết đảm bảo "sân chơi bình đẳng". Luật cần quy định cơ chế đấu thầu công bằng, rộng mở, minh bạch, phù hợp Khuyến nghị của OECD về mua sắm công [OECD/LEGAL/0411].

Ở mỗi nước, quy tắc này có thể chỉ áp dụng cho cơ quan chính phủ hoặc mở rộng sang Doanh nghiệp Nhà nước; dù dưới dạng nào, điều quan trọng là Doanh nghiệp Nhà nước phải minh bạch về quy định, khung mà họ áp dụng khi mua sắm. Doanh nghiệp Nhà nước, dù với tư cách bên dự thầu hay bên mời thầu, cần thực hiện thủ tục mua sắm công khai, cạnh tranh, dựa trên tiêu chí đánh giá khách quan, khuyến khích đa dạng nhà cung ứng, bảo đảm tính liêm chính.

Thường thì hoạt động Doanh nghiệp Nhà nước chia làm hai loại: hoạt động thương mại (bán, mua lại hàng hóa/dịch vụ) và hoạt động phục vụ mục tiêu chính phủ. Nếu một Doanh nghiệp Nhà nước đang thực hiện mục tiêu chính phủ (hoặc hoạt động nào đó cho phép Doanh nghiệp Nhà nước thực hiện mục tiêu này), Doanh nghiệp Nhà nước nên áp dụng quy trình mua sắm công phù hợp thông lệ tốt. Các Doanh nghiệp Nhà nước hoạt động dưới hình thức độc quyền cũng cần tuân thủ các quy tắc mua sắm áp dụng cho khu vực chính phủ nói chung. Khi đứng vai trò "bên mời thầu", Doanh nghiệp Nhà nước nên ưu tiên hình thức đấu thầu mở, nhưng cũng có quyền linh hoạt chọn phương pháp mua sắm phù hợp đối với các hoạt động thương mại nếu họ cạnh tranh trực tiếp với doanh nghiệp tư nhân để tránh bị thiệt thòi không cần thiết. Có thể khuyến khích áp dụng công nghệ số (e-procurement) nhằm nâng cao tính minh bạch và liêm chính.

III.H. Khi hoạt động kinh tế của Doanh nghiệp Nhà nước ảnh hưởng đến thương mại, đầu tư hoặc cạnh tranh, Doanh nghiệp Nhà nước nên tiến hành mọi hoạt động kinh doanh,ngoài phần nghĩa vụ dịch vụ công, theo các cân nhắc thương mại, đồng thời tuân thủ nguyên tắc kinh doanh có trách nhiệm và tiêu chuẩn cao về liêm chính.

Phần này sẽ tập trung vào hành động và hoạt động của Doanh nghiệp Nhà nước trong bối cảnh kinh doanh. Ngày càng có nhiều hoạt động kinh tế của Doanh nghiệp Nhà nước ảnh hưởng hoặc có thể ảnh hưởng đến thương mại, đầu tư hoặc cạnh tranh. Do đó, chính phủ cần xem xét cẩn trọng các tác động của Doanh nghiệp Nhà nước đối với thương mại, đầu tư, cạnh tranh và tránh gây méo mó thị trường, đặc biệt là khi chủ sở hữu nhà nước tạo điều kiện ưu đãi cho Doanh nghiệp Nhà nước ở thị trường nội địa để họ giành lợi thế cạnh tranh tại thị trường quốc tế.

Vì Doanh nghiệp Nhà nước giữ vai trò quan trọng trong nhiều nền kinh tế và hoạt động ở lĩnh vực cung cấp dịch vụ thiết yếu (giao thông, tiện ích, tài chính), việc Doanh nghiệp Nhà nước tập trung ở các lĩnh vực này có thể ảnh hưởng trực tiếp đến cảnh quan cạnh tranh. Đầu tiên, can thiệp của nhà nước vào một số ngành, nhất là ngành công nghiệp, có tác động lớn ở chuỗi giá trị cả thượng nguồn lẫn hạ nguồn. Thứ hai, hầu hết các lĩnh vực này liên quan nhiều đến thương mại, đầu tư xuyên biên giới. Thứ ba, Doanh nghiệp Nhà nước trong ngành hạ tầng mạng thường vận hành chuỗi giá trị tích hợp theo chiều dọc, nắm độc quyền trong một số khâu, từ đó tác động đến điều kiện gia nhập của đối thủ tiềm năng ở nhiều hoạt động thương mại.

Đồng thời, cần phân biệt trường hợp nghĩa vụ dịch vụ công. Ngoại lệ so với quy tắc chung về cân nhắc thương mại là: khi Doanh nghiệp Nhà nước thực hiện nghĩa vụ dịch vụ công, việc áp dụng tiêu chí thương mại không bắt buộc. Lúc đó, Doanh nghiệp Nhà nước không được phân biệt đối xử khi mua hàng, và chỉ được phép phân biệt khi bán ra nếu bắt buộc theo tính chất của nghĩa vụ dịch vụ công. Liên quan đến mua sắm công, xem thêm "Hướng dẫn III.G" và Khuyến nghị của OECD về mua sắm công. Mọi hoạt động kinh tế lẫn phi kinh tế nên tuân thủ các chuẩn mực OECD có liên quan đến liêm chính và hành vi kinh doanh có trách nhiệm.

Hướng dẫn Chi tiết Chương IV: Đối xử công bằng với cổ đông và các nhà đầu tư khác

Khi Doanh nghiệp Nhà nước được niêm yết, hoặc có cổ đông không phải nhà nước, cả nhà nước và doanh nghiệp nên công nhận quyền của mọi cổ đông, bao gồm cả cổ đông thiểu số và cổ đông nước ngoài, đồng thời bảo đảm đối xử công bằng, tạo điều kiện tiếp cận bình đẳng thông tin doanh nghiệp.

Nhà nước có lợi ích trong việc đảm bảo mọi cổ đông đều được đối xử công bằng ở mọi doanh nghiệp có phần vốn nhà nước. Uy tín của nhà nước về khía cạnh này sẽ tác động đến khả năng Doanh nghiệp Nhà nước thu hút nguồn vốn bên ngoài cũng như định giá doanh nghiệp. Nhà nước cần tránh bị nhìn nhận như một chủ sở hữu thiếu minh bạch, khó lường và thiếu công bằng. Ngược lại, nhà nước nên đặt mình ở vị thế gương mẫu, tuân thủ thông lệ tốt trong đối xử với cổ đông.

IV.A. Chính phủ nên nỗ lực hướng tới việc áp dụng đầy đủ Bộ Nguyên tắc Quản trị Công ty của G20/OECD trong trường hợp chính phủ không phải là chủ sở hữu duy nhất của Doanh nghiệp Nhà nước, và áp dụng tất cả phần liên quan khi chính phủ là chủ sở hữu duy nhất.

Về bảo vệ quyền cổ đông, bao gồm:

IV.A.1. Chính phủ và Doanh nghiệp Nhà nước phải bảo đảm mọi cổ đông được đối xử công bằng.

Khi Doanh nghiệp Nhà nước có cổ phần do tổ chức hoặc cá nhân tư nhân nắm giữ, chính phủ nên thừa nhận quyền của những cổ đông này. Cổ đông ngoài nhà nước phải được bảo vệ khỏi hành vi lạm quyền của chính phủ với tư cách chủ sở hữu, và cần có các biện pháp khắc phục hiệu quả đối với các hành vi xâm phạm quyền của họ, với chi phí hợp lý và không bị trì hoãn quá mức. Bên cạnh đó, nhà nước không được trưng thu cổ phần của cổ đông tư nhân khác nếu không có lý do chính đáng và không bồi thường tương xứng với giá trị thị trường. Các hình thức giao dịch nội gián, thao túng thị trường, lạm dụng giao dịch nội bộ cũng phải bị cấm. Các quyền ưu tiên như quyền mua trước, đa số tán thành đối với một số quyết định của đại hội đồng cổ đông cũng có thể là biện pháp hữu ích để bảo vệ cổ đông thiểu số. Trong trường hợp cổ phần hóa một phần Doanh nghiệp Nhà nước, cần đặc biệt chú trọng bảo vệ cổ đông.

Với vị thế cổ đông chi phối, trong nhiều trường hợp, nhà nước có thể đơn phương ra quyết định ở đại hội đồng cổ đông, thường là những quyết định đối với cơ cấu, thành phần của Hội đồng Quản trị. Mặc dù đây là quyền hợp pháp gắn với sở hữu, điều quan trọng là nhà nước không lạm dụng quyền này để theo đuổi mục tiêu đi ngược lợi ích doanh nghiệp, gây thiệt hại cho cổ đông khác. Lạm dụng có thể xảy ra qua giao dịch bên liên quan không phù hợp, quyết định kinh doanh thiên vị hay thay đổi cấu trúc vốn có lợi cho cổ đông kiểm soát.

Cơ quan đại diện chủ sở hữu nên xây dựng hướng dẫn về đối xử công bằng với cổ đông ngoài nhà nước, bảo đảm Doanh nghiệp Nhà nước – đặc biệt là Hội đồng Quản trị của doanh nghiệp – hiểu rõ tầm quan trọng của mối quan hệ với cổ đông và chủ động tăng cường, củng cố mối quan hệ này. Khi nhà nước có quyền kiểm soát lớn hơn tỉ lệ cổ phần (ví dụ: “cổ phần vàng”), nên hạn chế sử dụng nếu không tuyệt đối cần thiết để bảo vệ lợi ích công thiết yếu (an ninh công...), và phải tương xứng với mục tiêu. Ngoài ra, nhà nước nên công bố mọi thỏa thuận/cơ cấu vốn cho phép một cổ đông kiểm soát vượt quá tỉ lệ sở hữu.

IV.A.2. Doanh nghiệp Nhà nước cần duy trì mức độ minh bạch cao, trong đó cung cấp thông tin kịp thời, đồng thời, bình đẳng cho mọi cổ đông.

Điều kiện quan trọng để bảo vệ cổ đông là đảm bảo mức độ minh bạch cao, thông tin quan trọng cần được thông báo đồng thời cho tất cả cổ đông, bao gồm thông tin về tình hình tài chính, kết quả hoạt động, phát triển bền vững, quyền sở hữu và quản trị. Điều này cũng bao gồm việc báo cáo kịp thời, đồng thời bất kỳ diễn biến trọng yếu nào xảy ra giữa các lần báo cáo thường kỳ, cũng như công bố mọi thỏa thuận cổ đông – bao gồm quy định về cung cấp thông tin liên quan đến Thành viên Hội đồng Quản trị.

Cổ đông thiểu số và các cổ đông khác phải tiếp cận thông tin cần thiết để quyết định đầu tư sáng suốt. Trong khi đó, cổ đông lớn (kể cả cơ quan đại diện chủ sở hữu nhà nước) không được lạm dụng thông tin thu được do vị thế kiểm soát hoặc Thành viên Hội đồng Quản trị. Ở Doanh nghiệp Nhà nước chưa niêm yết, thường các cổ đông khác được xác định rõ và có thể tiếp cận thông tin, ví dụ qua ghế Hội đồng Quản trị. Tuy nhiên, dù khung pháp lý – quy định về công bố thông tin ra sao, cơ quan đại diện chủ sở hữu vẫn cần đảm bảo mọi Doanh nghiệp Nhà nước mà nhà nước góp vốn phải có cơ chế bảo đảm khả năng tiếp cận thông tin dễ dàng, công bằng cho mọi cổ đông. Khi Doanh nghiệp Nhà nước được tư nhân hóa một phần, cần đặc biệt chú ý để nhà nước không tham gia sâu hơn hay tiếp cận thông tin vượt quyền theo tỉ lệ cổ phần.

IV.A.3. Doanh nghiệp Nhà nước nên xây dựng chính sách truyền thông và tham vấn chủ động với mọi cổ đông.

Doanh nghiệp Nhà nước (kể cả Doanh nghiệp Nhà nước nắm cổ phần thiểu số) nên định danh cổ đông, bảo đảm họ được cung cấp đầy đủ thông tin kịp thời, có hệ thống về các sự kiện quan trọng cũng như lịch họp cổ đông. Doanh nghiệp Nhà nước cũng nên cung cấp thông tin bối cảnh tin cậy, có thể so sánh, đủ để đưa ra quyết định đúng đắn. Hội đồng Quản trị Doanh nghiệp Nhà nước chịu trách nhiệm bảo đảm doanh nghiệp thực hiện nghĩa vụ thông tin với tất cả cổ đông, bao gồm nhà đầu tư tổ chức. Doanh nghiệp Nhà nước không chỉ tuân thủ khung pháp lý – quy định hiện hành, mà nên chủ động nâng cao hơn khi thích hợp, để tạo niềm tin và uy tín, đồng thời tránh việc áp đặt các nghĩa vụ thông tin quá nặng nề hoặc không cần thiết. Trường hợp khả thi, tham vấn chủ động với cổ đông thiểu số giúp cải thiện quá trình ra quyết định và sự chấp thuận của cổ đông. Tham khảo thêm nội dung liên quan trong Bộ Nguyên tắc Quản trị Công ty của G20/OECD.

IV.A.4. Việc tham gia, thực hiện quyền biểu quyết hoặc các quyền khác của mọi cổ đông, bao gồm cổ đông thiểu số, tại đại hội đồng cổ đông cần được tạo điều kiện, để họ có thể tham gia quyết định then chốt, như bầu Hội đồng Quản trị. Đại hội cổ đông cho phép cổ đông tham gia từ xa nên được luật pháp cho phép để giảm chi phí, dễ dàng tham gia. Các cuộc họp này phải đảm bảo bình đẳng tiếp cận thông tin và quyền tham dự cho mọi cổ đông.

Cổ đông thiểu số thường lo ngại về việc quyết định được đưa ra ngoài cuộc họp cổ đông hay họp Hội đồng Quản trị. Điều này là mối lo chính đáng đối với công ty niêm yết có cổ đông chi phối, nhưng cũng xảy ra khi nhà nước nắm cổ phần lớn. Nhà nước nên trấn an cổ đông thiểu số rằng lợi ích của họ được cân nhắc. Khi có khả năng xung đột lợi ích giữa nhà nước và cổ đông thiểu số (ví dụ giao dịch bên liên quan), nên cân nhắc trao cho cổ đông thiểu số quyền tham gia quy trình phê duyệt giao dịch.

Quyền tham gia đại hội cổ đông là quyền cơ bản của cổ đông. Để khuyến khích cổ đông thiểu số tham gia tích cực, tạo điều kiện thuận lợi cho việc thực thi quyền của cổ đông (chẳng hạn đặt câu hỏi cho Hội đồng Quản trị, bổ sung nội dung họp, đề xuất nghị quyết), Doanh nghiệp Nhà nước có thể áp dụng cơ chế như đa số tán thành cho một số quyết định, hoặc các quy tắc bầu cử đặc biệt, chẳng hạn phương pháp bầu dồn phiếu khi cần. Ngoài ra, nên tạo thuận lợi việc bỏ phiếu từ xa, sử dụng phương tiện điện tử nhằm giảm chi phí. Việc đại diện cổ đông – nhất là trường hợp người lao động cũng là cổ đông – có thể hỗ trợ qua thu thập phiếu ủy quyền.

Bất kỳ cơ chế đặc biệt bảo vệ thiểu số nào cũng cần cân đối cẩn thận, bảo vệ tất cả cổ đông thiểu số một cách công bằng mà không được mâu thuẫn nguyên tắc đối xử bình đẳng. Nó cũng không được cản trở nhà nước, với vai trò cổ đông đa số, thực hiện quyền hợp pháp, hoặc cho phép thiểu số cản trở vô lý quá trình ra quyết định.

Đại hội cổ đông trực tuyến hoặc kết hợp (một số cổ đông tham gia trực tiếp, số khác trực tuyến) có thể cải thiện sự tham gia của cổ đông bằng cách giảm thời gian, chi phí. Luật pháp không nên cản trở họp dạng này, miễn là bảo đảm quyền bình đẳng, tiếp cận thông tin, cơ hội tham dự và thực thi quyền bỏ phiếu và các quyền khác cho tất cả cổ đông. Đồng thời, cần cẩn thận để hình thức họp từ xa không làm giảm khả năng cổ đông thiểu số trao đổi hoặc đặt câu hỏi với Hội đồng Quản trị, Ban Điều hành so với họp trực tiếp. Thông tin chi tiết hơn, bao gồm lựa chọn nền tảng ảo, được nêu trong Bộ nguyên tắc Quản trị Công ty của G20/OECD.

IV.A.5. Các giao dịch giữa nhà nước và Doanh nghiệp Nhà nước, hoặc giữa các Doanh nghiệp Nhà nước, phải được tiến hành theo điều kiện phù hợp với cơ chế thị trường.

Để đối xử công bằng với mọi cổ đông, giao dịch giữa nhà nước và Doanh nghiệp Nhà nước (bao gồm cả tổ chức tài chính thuộc sở hữu nhà nước) nên được thực hiện dựa trên các nguyên tắc thương mại. Về khái niệm, điều này liên quan đến vấn đề giao dịch với bên liên quan không hợp lý, nhưng khác ở chỗ trường hợp sở hữu nhà nước, "bên liên quan" được định nghĩa lỏng lẻo hơn. Xét tổng thể, Doanh nghiệp Nhà nước là pháp nhân độc lập, chịu chi phối và được bảo vệ bởi nguyên tắc pháp quyền. Nguyên tắc pháp quyền nên mở rộng để ngăn chặn việc lạm dụng Doanh nghiệp Nhà nước cho các mục đích tài trợ chính trị, bảo trợ, trục lợi cá nhân hay giao dịch "bên liên quan" tư lợi. Nhà nước được khuyến nghị bảo đảm mọi giao dịch giữa Doanh nghiệp Nhà nước với chính phủ, các cơ quan hoặc đơn vị của chính phủ đều phản ánh giá trị thị trường và có thể kiểm chứng tính minh bạch khi cần thiết. Vấn đề này gắn liền với trách nhiệm của Hội đồng Quản trị đã được đề cập ở phần khác trong *Bộ Hướng dẫn*, bởi việc bảo vệ quyền và lợi ích của tất cả cổ đông là một phần trong nghĩa vụ trung thành mà mỗi Thành viên Hội đồng Quản trị phải thực hiện đối với doanh nghiệp và các cổ đông.

IV.B. Mọi Doanh nghiệp Nhà nước niêm yết phải tuân thủ quy tắc Quản trị Công ty quốc gia; các Doanh nghiệp Nhà nước chưa niêm yết cũng nên áp dụng ở mức có thể.

Nhiều quốc gia có quy định về Quản trị Công ty dành cho doanh nghiệp niêm yết, tuy nhiên cơ chế áp dụng lại khác nhau – có quốc gia yêu cầu tuân thủ tự nguyện, có quốc gia lại áp dụng theo nguyên tắc "tuân thủ hoặc giải trình" , và một số quốc gia khác mang tính bắt buộc. Một tiền đề cơ bản của *Bộ Hướng dẫn* là Doanh nghiệp Nhà nước cần tuân theo các chuẩn mực quản trị tốt nhất áp dụng cho doanh nghiệp niêm yết. Điều này hàm ý rằng cả Doanh nghiệp Nhà nước niêm yết và chưa niêm yết đều phải tuân thủ bộ nguyên tắc Quản trị Công ty của quốc gia, bất kể mức độ ràng buộc pháp lý của bộ quy tắc đó, qua đó cho phép cổ đông, thị trường và các bên liên quan đánh giá mức độ phù hợp của Doanh nghiệp Nhà nước với các chuẩn mực tương ứng.

IV.C. Trường hợp Doanh nghiệp Nhà nước phải theo đuổi mục tiêu chính sách công có tác động đáng kể đến hiệu quả, kết quả, khả năng tồn tại của doanh nghiệp, thông tin thích hợp về mục tiêu đó phải luôn sẵn có cho công chúng và cổ đông ngoài nhà nước.

Như một phần cam kết đảm bảo minh bạch cao với mọi cổ đông, nhà nước cần đảm bảo rằng mọi thông tin quan trọng về mục tiêu chính sách công được giao cho Doanh nghiệp Nhà nước – cũng như căn cứ cho mục tiêu đó – được công khai cho cổ đông ngoài nhà nước và công chúng, tuân thủ quy tắc cạnh tranh, trong trường hợp thông tin này ảnh hưởng đến việc định giá doanh nghiệp. Thông tin liên quan cần chia sẻ với mọi cổ đông tại thời điểm đầu tư và được cập nhật liên tục trong suốt thời gian họ nắm giữ cổ phần.

IV.D. Khi Doanh nghiệp Nhà nước tham gia dự án hợp tác, chẳng hạn liên doanh hoặc đối tác công – tư, các bên ký kết cần đảm bảo quyền và nghĩa vụ hợp đồng được tôn trọng, tranh chấp được giải quyết kịp thời, khách quan.

Khi Doanh nghiệp Nhà nước hợp tác với đối tác tư nhân, cần duy trì quyền lợi của tất cả các bên theo hợp đồng, kèm cơ chế khắc phục và/hoặc giải quyết tranh chấp hiệu quả. Các thỏa thuận này không được dùng làm công cụ ép hoặc cưỡng ép chuyển giao công nghệ từ đối tác tư sang Doanh nghiệp Nhà nước. Có thể áp dụng một số tiêu chuẩn OECD liên quan đến quản trị công của đối tác công – tư (PPP) và quản trị hạ tầng. Một khuyến nghị quan trọng là cẩn thận theo dõi, quản trị rủi ro tài khóa, dù ngầm định hay minh bạch, mà nhà nước có thể gánh do các PPP hoặc thỏa thuận khác mà Doanh nghiệp Nhà nước ký kết. Các dự án và liên doanh như vậy của Doanh nghiệp Nhà nước cần phù hợp với chính sách sở hữu nhà nước, đồng thời tuân thủ khung pháp lý công ty về quyền hạn và trách nhiệm của Hội đồng Quản trị Doanh nghiệp Nhà nước.

Ngoài ra, hợp đồng chính thức giữa nhà nước và đối tác tư nhân, hoặc giữa Doanh nghiệp Nhà nước và đối tác tư nhân, cần quy định rõ trách nhiệm của mỗi bên khi xảy ra tình huống bất ngờ, đồng thời vẫn có đủ linh hoạt cho việc thương lượng lại hợp đồng nếu cần. Cơ chế giải quyết tranh chấp nên bảo đảm mọi bất đồng được xử lý công bằng, kịp thời trong suốt vòng đời dự án, không làm ảnh hưởng đến những giải pháp tư pháp khác.

Hướng dẫn Chi tiết Chương V: Công bố thông tin, Minh bạch và Trách nhiệm Giải trình

Doanh nghiệp Nhà nước phải tuân thủ chuẩn mực cao về minh bạch, trách nhiệm giải trình, liêm chính và chịu áp dụng cùng chuẩn mực kế toán, công bố thông tin, tuân thủ, kiểm toán chất lượng cao như doanh nghiệp niêm yết.

Việc minh bạch trong mọi vấn đề cốt lõi về doanh nghiệp là yếu tố quan trọng giúp tăng cường trách nhiệm giải trình của Hội đồng Quản trị, Ban Điều hành Doanh nghiệp Nhà nước và giúp chính phủ trở thành chủ sở hữu có đủ thông tin để đưa ra các quyết định sáng suốt. Khi xem xét yêu cầu báo cáo, công bố thông tin cho Doanh nghiệp Nhà nước, cần cân nhắc đến quy mô và mức độ định hướng thương mại của doanh nghiệp. Chẳng hạn, đối với Doanh nghiệp Nhà nước quy mô nhỏ, không có mục tiêu chính sách công, thì yêu cầu công bố thông tin không nên khiến họ chịu bất lợi cạnh tranh. Ngược lại, đối với Doanh nghiệp Nhà nước quy mô lớn hoặc động lực sở hữu nhà nước chủ yếu vì mục đích chính sách công, doanh nghiệp đó nên áp dụng tiêu chuẩn minh bạch cao, công bố thông tin đầy đủ, đặc biệt trong các lĩnh vực có thể ảnh hưởng trọng yếu đến hiệu quả hoạt động của doanh nghiệp.

V.A. Doanh nghiệp Nhà nước cần báo cáo, công bố mọi vấn đề quan trọng liên quan đến doanh nghiệp, theo chuẩn mực kế toán – công bố thông tin chất lượng cao, được quốc tế thừa nhận; các kênh phổ biến thông tin phải cho phép công chúng truy cập miễn phí, kịp thời.

Tất cả Doanh nghiệp Nhà nước, ít nhất mỗi năm một lần, phải công bố mọi vấn đề quan trọng của doanh nghiệp. Các Doanh nghiệp Nhà nước lớn và niêm yết cần tuân thủ chuẩn mực kế toán – công bố thông tin quốc tế chất lượng cao, hoặc chuẩn mực kế toán quốc gia tương thích với các chuẩn mực này. Với các Doanh nghiệp Nhà nước khác, nên áp dụng tối đa trong khả năng. "Thông tin trọng yếu" được hiểu là thông tin mà nếu thiếu hoặc sai, có thể ảnh hưởng đến đánh giá của nhà đầu tư về giá trị công ty. Nó cũng có thể là bất kỳ thông tin nào mà một nhà đầu tư sáng suốt cho là quan trọng để đưa ra quyết định đầu tư hoặc biểu quyết. Trong khi công bố thông tin cần tập trung vào yếu tố quan trọng với quyết định đầu tư (có thể gồm đánh giá giá trị công ty), nó cũng giúp công chúng hiểu rõ cấu trúc, hoạt động, chính sách và kết quả của doanh nghiệp về môi trường, xã hội và quản trị.

Website công ty dễ truy cập, thân thiện với người dùng tạo cơ hội để cải thiện việc công bố thông tin. Nhiều nước yêu cầu hoặc khuyến nghị doanh nghiệp có website cung cấp nội dung quan trọng về công ty. Các thành viên của Hội đồng Quản trị Doanh nghiệp Nhà nước nên ký báo cáo tài chính, còn tổng giám đốc (CEO) và giám đốc tài chính (CFO) nên xác nhận những báo cáo này thể hiện trung thực hoạt động và tình hình tài chính của Doanh nghiệp Nhà nước.

Trong phạm vi khả thi, các cơ quan liên quan nên thực hiện phân tích lợi ích – chi phí để xác định Doanh nghiệp Nhà nước nào cần áp dụng các tiêu chuẩn quốc tế chất lượng cao, nhằm bảo đảm tính nhất quán và khả năng so sánh trong toàn danh mục. Các tiêu chuẩn quốc gia đạt chất lượng cao có thể được hình thành bằng cách tương thích với một trong các chuẩn kế toán được quốc tế công nhận. Phân tích này cũng nên lưu ý rằng yêu cầu công bố nghiêm ngặt không chỉ là động lực mà còn là công cụ để Hội đồng Quản trị và Ban Điều hành hoạt động chuyên nghiệp.

Báo cáo thường niên và báo cáo giữa kỳ là nguồn thông tin quan trọng, hỗ trợ giải thích kết quả tài chính – vận hành thể hiện trong báo cáo tài chính đã được kiểm toán của Doanh nghiệp Nhà nước. Mọi Doanh nghiệp Nhà nước phải lập báo cáo tài chính hằng năm, gồm bảng cân đối, báo cáo lưu chuyển tiền tệ, báo cáo kết quả kinh doanh, báo cáo biến động vốn chủ sở hữu và thuyết minh. Các báo cáo thường niên thường hoàn tất trong khoảng 3-6 tháng sau kỳ tài chính. Việc báo cáo cần đầy đủ, ngắn gọn, đáng tin cậy và có thể so sánh.

Mặc dù tất cả các Doanh nghiệp Nhà nước, kể cả thuần thương mại đều hoạt động vì lợi ích công, mức độ minh bạch cao đặc biệt hữu ích đối với những Doanh nghiệp Nhà nước đảm nhận các mục tiêu chính sách công quan trọng. Điều này đặc biệt quan trọng khi Doanh nghiệp Nhà nước có tác động lớn lên ngân sách, rủi ro mà nhà nước phải gánh, hoặc liên quan đến các vấn đề bền vững, thị trường toàn cầu.

Tùy theo năng lực và quy mô, các Doanh nghiệp Nhà nước nên áp dụng yêu cầu công bố thông tin tương đương với các công ty niêm yết. Tuy nhiên, yêu cầu này không được để lộ các bí mật không cần thiết, cũng như không đặt Doanh nghiệp Nhà nước vào thế bất lợi so với đối thủ tư nhân. Doanh nghiệp Nhà nước nên báo cáo mọi vấn đề quan trọng, ví dụ kết quả tài chính, hoạt động, thông tin phi tài chính, chính sách đãi ngộ và mức đãi ngộ thực tế của Hội đồng Quản trị, thành viên quản lý chủ chốt, giao dịch bên liên quan (bao gồm giao dịch với nhà nước, tổ chức liên kết), cấu trúc – chính sách quản trị. Doanh nghiệp Nhà nước cũng nên công bố liệu họ có tuân theo quy tắc Quản trị Công ty nào hay không; nếu có thì phải nêu rõ quy tắc nào. Khi công bố hiệu quả hoạt động, các thông lệ tốt quy định rằng phải tuân theo chuẩn báo cáo quốc tế được công nhận.

Xem xét đến năng lực và quy mô doanh nghiệp, ví dụ về thông tin nên công bố gồm:

V.A.1. Một văn bản về các mục tiêu của doanh nghiệp và mức độ hoàn thành, bao gồm mọi nhiệm vụ do cơ quan đại diện chủ sở hữu nhà nước kỳ vọng.

Điều quan trọng là mỗi Doanh nghiệp Nhà nước phải xác định mục tiêu tổng thể một cách rõ ràng. Bất kể hệ thống giám sát hiệu suất hiện có, cần phải xác định một số mục tiêu cơ bản, kèm thông tin về cách doanh nghiệp xử lý các tình huống xung đột giữa các mục tiêu.

Khi nắm giữ cổ phần đa số hoặc thực sự kiểm soát Doanh nghiệp Nhà nước, kỳ vọng của chủ sở hữu nhà nước cần được công khai rõ ràng đối với mọi nhà đầu tư khác, thị trường và công chúng. Việc này sẽ khuyến khích các quan chức trong Doanh nghiệp Nhà nước tự xác định rõ mục tiêu, đồng thời nâng cao cam kết của Ban Điều hành trong việc thực hiện. Nó cũng tạo ra điểm tham chiếu để các cổ đông, thị trường và công chúng đánh giá chiến lược và quyết định của Ban Điều hành.

Doanh nghiệp Nhà nước nên báo cáo cách thức hoàn thành mục tiêu của mình bằng cách công bố các chỉ số hiệu suất chính. Nếu Doanh nghiệp Nhà nước còn được sử dụng để theo đuổi mục tiêu chính sách công thì cần báo cáo về việc thực hiện các mục tiêu đó.

V.A.2. Kết quả tài chính và vận hành, gồm chi phí – thoả thuận tài trợ cho nghĩa vụ dịch vụ công (nếu áp dụng).

Tương tự doanh nghiệp tư nhân, Doanh nghiệp Nhà nước cần công bố thông tin về kết quả hoạt động tài chính, vận hành và phi tài chính. Ví dụ: Báo cáo tài chính chính (bảng cân đối, báo cáo kết quả kinh doanh, lưu chuyển tiền tệ, thuyết minh…), các thông tin tài chính then chốt (cổ tức, giá trị nợ, cơ cấu vốn – khoản vay, EBITDA, ROE, ROA, tỉ lệ vốn chủ sở hữu, đầu tư, cổ tức chi trả, đòn bẩy tài chính, số lao động…) và các chỉ tiêu đa dạng khác (nếu có), tiêu chuẩn báo cáo (như IFRS hoặc tương đương) cần được ghi rõ.

Những thông tin này giúp người đọc đánh giá dữ liệu tài chính chính của doanh nghiệp, kể cả mục tiêu thương mại hay phi thương mại. Cần cung cấp đủ thông tin kèm, để cổ đông hiểu thông điệp mà các chỉ tiêu muốn truyền đạt, cách tính, mối liên hệ với báo cáo tài chính. Nếu Doanh nghiệp Nhà nước có nhiệm vụ dịch vụ công, cần công bố chi phí cho hoạt động liên quan. Mọi khoản bù đắp cho Doanh nghiệp Nhà nước (kể cả trợ cấp hay lợi ích hiện vật) cũng phải được lượng hóa, công bố cùng ảnh hưởng đến sân chơi bình đẳng, kèm lý do. Theo thông lệ tốt, báo cáo về kiểm soát nội bộ đối với báo cáo tài chính nên đi kèm báo cáo tài chính. Đồng thời, cơ quan đại diện chủ sở hữu cần lưu ý các nghĩa vụ công bố bổ sung không tạo gánh nặng không cần thiết cho hoạt động kinh tế của Doanh nghiệp Nhà nước so với doanh nghiệp tư nhân.

V.A.3. Quản trị, quyền sở hữu, hình thức pháp lý và cơ cấu biểu quyết của doanh nghiệp (hoặc tập đoàn), kể cả các công ty con quan trọng, quy tắc hoặc chính sách Quản trị Công ty áp dụng và quy trình thực hiện.

Việc minh bạch cấu trúc quyền sở hữu và quyền biểu quyết ở Doanh nghiệp Nhà nước là rất quan trọng để mọi cổ đông hiểu rõ phần lợi tức và quyền biểu quyết của mình. Cần nêu rõ ai là chủ sở hữu hợp pháp cổ phần của nhà nước, cơ quan nào chịu trách nhiệm thực thi quyền sở hữu. Mọi quyền đặc biệt hoặc thỏa thuận khác (như cổ phần vàng, quyền phủ quyết) lệch khỏi quy tắc Quản trị Công ty chung, có thể làm sai lệch sở hữu hay kiểm soát Doanh nghiệp Nhà nước, cần phải được công bố. Nếu có các thỏa thuận kiểm soát như “thỏa thuận cổ đông” thì phải công bố sự tồn tại của chúng (dù một phần nội dung có thể thuộc diện bảo mật).

Doanh nghiệp Nhà nước nên công bố thông tin về cấu trúc tổ chức, như các công ty con, liên kết quan trọng hoặc mọi chủ thể khác mà Doanh nghiệp Nhà nước tham gia góp vốn, đại diện hay can thiệp. Thông tin này bao gồm tỉ lệ sở hữu của Doanh nghiệp Nhà nước, cũng như nơi công ty con được thành lập và hoạt động. Cấu trúc tập đoàn phức tạp có thể làm gia tăng tính mù mờ trong các giao dịch bên liên quan và khả năng né tránh yêu cầu công bố. Cần quan tâm đặc biệt đến việc nhận diện mọi bên liên quan ở những trường hợp cấu trúc tập đoàn phức tạp, đặc biệt là đối với các doanh nghiệp giao dịch công khai.

V.A.4. Thù lao của Thành viên Hội đồng Quản trị và các Giám đốc Điều hành chủ chốt.

Doanh nghiệp Nhà nước phải duy trì mức độ minh bạch cao về thù lao đối với Thành viên Hội đồng Quản trị và các giám đốc điều hành chủ chốt, lý tưởng là công bố theo từng cá nhân. Việc thiếu thông tin có thể gây ấn tượng tiêu cực, làm gia tăng nguy cơ bị phản đối. Doanh nghiệp Nhà nước nên thường xuyên và kịp thời công bố thông tin – kể cả khi có thay đổi – về chính sách thù lao cho Hội đồng Quản trị và Ban Điều hành cấp cao, cũng như mức đãi ngộ thực tế theo cách chuẩn hóa và có thể so sánh. Khi phù hợp, thông tin nên bao gồm các điều khoản liên quan đến việc chấm dứt hợp đồng, chế độ hưu trí, các lợi ích đặc biệt, cơ chế khuyến khích hoặc hỗ trợ hiện vật với Hội đồng Quản trị, giám đốc điều hành. Trường hợp sử dụng các chỉ số bền vững làm căn cứ để tính toán thù lao, cũng cần công bố để cổ đông có thể đánh giá mức độ phù hợp của chỉ số đó với các rủi ro bền vững quan trọng, cũng như khả năng thúc đẩy tầm nhìn dài hạn.

V.A.5. Thành phần Hội đồng Quản trị, Thành viên Hội đồng Quản trị (trình độ, quy trình lựa chọn, chính sách đa dạng, vị trí ở Hội đồng Quản trị doanh nghiệp khác hoặc trong nhà nước), và nếu có, phân loại tư cách độc lập.

Minh bạch đầy đủ về trình độ của các Thành viên Hội đồng Quản trị có ý nghĩa đặc biệt quan trọng đối với Doanh nghiệp Nhà nước và cần thực hiện nhất quán với Hướng dẫn của OECD về chống tham nhũng và liêm chính trong Doanh nghiệp Nhà nước. Trong trường hợp doanh nghiệp do nhà nước sở hữu 100%, việc đề cử – bổ nhiệm Thành viên Hội đồng Quản trị thường là trách nhiệm trực tiếp của chính phủ, do đó dễ gây ấn tượng rằng các Thành viên Hội đồng Quản trị làm việc thay mặt cho chính phủ hoặc nhóm chính trị, thay vì phục vụ cho lợi ích dài hạn của doanh nghiệp và cổ đông. Vì thế, yêu cầu minh bạch cao về trình độ chuyên môn cũng như quy trình đề cử – bổ nhiệm sẽ góp phần nâng cao tính chuyên nghiệp của Hội đồng Quản trị Doanh nghiệp Nhà nước. Điều này cũng cho phép nhà đầu tư đánh giá trình độ Thành viên Hội đồng Quản trị và phát hiện xung đột lợi ích tiềm ẩn.

Nhiều nước quy định hoặc khuyến nghị công bố thông tin về cơ cấu Hội đồng Quản trị, gồm cả đa dạng giới. Có nơi, quy định này mở rộng sang yếu tố tuổi tác, nhân khẩu học, chuyên môn. Một số nơi áp dụng chế độ "tuân thủ hoặc giải thích". Đôi khi, còn đòi hỏi công bố danh tính giám đốc điều hành, chức vụ quản lý cấp cao. Chính sách liên quan thúc đẩy đa dạng ở cấp Hội đồng Quản trị, Ban Điều hành cũng nên công khai.

V.A.6. Mọi rủi ro trọng yếu có thể dự báo, cùng biện pháp quản lý

Rủi ro gia tăng đáng kể nếu Doanh nghiệp Nhà nước không xác định, đánh giá, kiểm soát hoặc báo cáo rủi ro rõ ràng. Thiếu thông tin đầy đủ về yếu tố rủi ro trọng yếu có thể khiến Doanh nghiệp Nhà nước trình bày sai tình trạng tài chính, hiệu quả, tiềm năng tạo giá trị dài hạn; dẫn đến quyết định chiến lược không phù hợp và tổn thất tài chính bất ngờ. Vì vậy, cần báo cáo rủi ro trọng yếu kịp thời,thường xuyên.

Mức độ công bố thích hợp về tính chất, phạm vi rủi ro phụ thuộc vào độ chắc chắn của hệ thống quản trị rủi ro trong Doanh nghiệp Nhà nước. Doanh nghiệp Nhà nước nên tuân thủ các chuẩn mới và đang phát triển về công bố thông tin rủi ro. Khi phù hợp, báo cáo có thể đề cập chiến lược quản trị rủi ro, các hệ thống triển khai. Hướng dẫn muốn Doanh nghiệp Nhà nước cung cấp đủ thông tin, giúp cổ đông và người dùng khác hiểu toàn diện rủi ro trọng yếu có thể dự báo được. Công bố rủi ro hiệu quả nhất khi "may đo" theo đặc thù công ty, ngành. Việc giải thích cách Doanh nghiệp Nhà nước giám sát, kiểm soát rủi ro ngày càng được coi là thực hành tốt, bao gồm cả quy trình thẩm định liên quan.

Mọi cổ đông – kể cả nhà nước lẫn cổ đông không phải nhà nước – cần thông tin về rủi ro trọng yếu được dự báo. Các rủi ro này có thể gồm rủi ro đặc thù ngành/nghề, khu vực địa lý hoạt động, phụ thuộc hàng hóa nguyên liệu, chuỗi cung ứng, rủi ro thị trường (lãi suất, tỉ giá...), rủi ro giao dịch phái sinh và cam kết ngoài bảng cân đối, rủi ro hành vi kinh doanh (tham nhũng, nhân quyền, lao động), rủi ro công nghệ – an ninh số, thuế, bền vững (đặc biệt là biến đổi khí hậu), cùng các sự kiện địa chính trị lớn (đại dịch, đổi mới, liên kết với kế hoạch phát triển quốc gia, bình đẳng giới…). Các doanh nghiệp trong ngành khai thác cần công bố trữ lượng theo thông lệ tốt, vì đó có thể là yếu tố then chốt xác định giá trị, hồ sơ rủi ro của doanh nghiệp.

Việc công bố thông tin về các rủi ro trọng yếu đặc biệt hữu ích đối với cổ đông và các bên liên quan khi Doanh nghiệp Nhà nước hoạt động trong lĩnh vực vừa được gỡ bỏ quy định, có mức độ hội nhập quốc tế cao, lĩnh vực mới hoặc mạo hiểm cao, nơi rủi ro có thể khác biệt.

V.A.7. Hỗ trợ tài chính trực tiếp, gián tiếp (kể cả bảo lãnh) từ nhà nước và cam kết thực hiện thay mặt Doanh nghiệp Nhà nước, gồm nghĩa vụ hợp đồng, trách nhiệm xuất phát từ PPP hoặc liên doanh.

Để phản ánh trung thực, đầy đủ tình trạng tài chính của Doanh nghiệp Nhà nước, cần công bố các thỏa thuận chung, hỗ trợ tài chính hoặc cơ chế chia sẻ rủi ro giữa chính phủ và Doanh nghiệp Nhà nước. Việc công bố phải bao gồm chi tiết mọi mục tiêu tài chính do nhà nước đặt ra (như cấu trúc vốn, lợi nhuận, cổ tức), các khoản trợ cấp hoặc hỗ trợ ngân sách/bảo lãnh (guarantee) mà Doanh nghiệp Nhà nước nhận được, cũng như các cam kết mà chính phủ đưa ra thay mặt Doanh nghiệp Nhà nước. Các khoản Doanh nghiệp Nhà nước nộp ngân sách cũng cần công bố, ví dụ thuế, cổ tức, tiền thuê, trả phí… Với các khoản bảo lãnh vay, Doanh nghiệp Nhà nước nên công bố rõ ràng về điều khoản (thời điểm, ngày đáo hạn, loại tiền, giá trị cam kết, số nợ giải ngân và chưa thanh toán, lịch hoàn trả, lãi suất và kiểu lãi). Chuẩn công bố cần phù hợp với các nghĩa vụ pháp lý hiện hành, ví dụ như quy định về trợ cấp nhà nước. Việc công bố bảo lãnh có thể do Doanh nghiệp Nhà nước hoặc chính phủ thực hiện. Theo thông lệ tốt, cơ quan lập pháp nên giám sát việc cho vay bằng ngân sách, bảo lãnh nhà nước theo thủ tục ngân sách.

Hình thức đối tác công – tư và liên doanh cũng nên được công bố đầy đủ. Thỏa thuận này thường kèm chuyển giao rủi ro, nguồn lực, lợi ích giữa đối tác công và tư khi cung cấp dịch vụ hạ tầng công. Điều này có thể kéo theo rủi ro mới và cụ thể cần được nhận diện.

V.A.8. Các giao dịch quan trọng với nhà nước và các thực thể liên quan khác.

Giao dịch quan trọng giữa Doanh nghiệp Nhà nước với các thực thể liên quan (chẳng hạn như Doanh nghiệp Nhà nước khác) có thể tiềm ẩn rủi ro bị lạm dụng, do đó cần được công bố. Báo cáo về các giao dịch này phải cung cấp đầy đủ thông tin cần thiết để đánh giá tính công bằng, phù hợp. Phạm vi "bên liên quan" tối thiểu gồm những chủ thể kiểm soát hoặc chịu chung kiểm soát với Doanh nghiệp Nhà nước, cổ đông lớn (cùng gia đình họ), nhân sự quản lý chủ chốt. Mặc dù chuẩn mực kế toán quốc tế về "bên liên quan" là nguồn tham chiếu hữu ích, khung quản trị dành cho Doanh nghiệp Nhà nước cần bảo đảm mọi bên liên quan được xác định đúng, và nếu có lợi ích đặc thù của bên liên quan, thì các giao dịch trọng yếu với công ty con hợp nhất cũng cần được công bố. Theo thông lệ tốt, kể cả khi không có giao dịch quan trọng thì vẫn nên xác định minh bạch mối quan hệ tổ chức và sở hữu giữa Doanh nghiệp Nhà nước và các thực thể liên quan. Doanh nghiệp Nhà nước nên báo cáo nếu có giao dịch hợp đồng quan trọng với tổ chức tài chính nhà nước, vì dễ xảy ra xung đột lợi ích.

V.A.9. Thông tin về nghĩa vụ nợ trọng yếu (hợp đồng vay...) kèm rủi ro vi phạm cam kết tài chính.

Tôn trọng bí mật kinh doanh, Doanh nghiệp Nhà nước vẫn cần công bố thông tin về các khoản nợ trọng yếu, như hợp đồng vay, cùng rủi ro vi phạm điều kiện, theo chuẩn mực áp dụng. Thông thường, cổ đông và Hội đồng Quản trị kiểm soát quyết định chính của Doanh nghiệp Nhà nước, nhưng các điều khoản trong trái phiếu hay hợp đồng vay có thể hạn chế đáng kể quyền tự quyết của quản lý hoặc cổ đông, hẳng hạn như các điều khoản hạn chế chia cổ tức hoặc yêu cầu phải có sự chấp thuận của chủ nợ trước khi thoái vốn khỏi các tài sản lớn. Ngoài ra, trong trường hợp gặp căng thẳng tài chính nhưng chưa đến mức phá sản, Doanh nghiệp Nhà nước có thể lựa chọn đàm phán để được miễn tuân thủ một điều khoản ràng buộc, và chủ nợ có thể yêu cầu thay đổi hoạt động kinh doanh. Vì vậy, việc công bố kịp thời các thông tin trọng yếu về hợp đồng vay nợ – bao gồm cả tác động của các rủi ro liên quan đến khả năng vi phạm điều khoản ràng buộc và khả năng xảy ra các rủi ro đó – phù hợp với các tiêu chuẩn hiện hành, là cần thiết để nhà đầu tư có thể đánh giá đúng rủi ro trong hoạt động của Doanh nghiệp Nhà nước.

V.A.10. Thông tin liên quan đến phát triển bền vững.

Doanh nghiệp Nhà nước cần công bố thông tin quan trọng về chính sách, hoạt động, rủi ro, mục tiêu, chỉ số hiệu suất liên quan đến phát triển bền vững, phù hợp các tiêu chuẩn quốc tế chất lượng cao như nêu ở Chương VII.C.

V.B. Doanh nghiệp Nhà nước cần có hệ thống quản trị rủi ro để nhận diện, quản lý, kiểm soát và báo cáo rủi ro. Hệ thống quản trị rủi ro cần được coi là một phần quan trọng trong việc đạt được mục tiêu và thể hiện thành một tập hợp thống nhất, toàn diện các biện pháp kiểm soát nội bộ, đạo đức, tuân thủ.

Quản trị rủi ro là thành phần cốt lõi trong Quản trị Công ty, gắn chặt với chiến lược doanh nghiệp. Hệ thống quản trị rủi ro được thiết lập để Doanh nghiệp Nhà nước nhận dạng, quản lý, báo cáo rủi ro cản trở mục tiêu hoạt động và tài chính. Quy trình quản trị rủi ro chỉ ra cách Doanh nghiệp Nhà nước sử dụng kiểm soát nội bộ để quản trị rủi ro, giảm tác động tiêu cực, thúc đẩy tính liêm chính và khuyến khích tuân thủ luật pháp, quy định.

Hệ thống quản trị rủi ro cần được Hội đồng Quản trị giám sát thường xuyên, đánh giá lại và điều chỉnh cho phù hợp với hoàn cảnh Doanh nghiệp Nhà nước, nhằm duy trì sự phù hợp, tính hiệu quả của kiểm soát nội bộ, chính sách và quy trình. Có thể có hỗ trợ từ ủy ban chuyên môn, thường là Ủy ban Kiểm toán hoặc cơ quan tương đương, đôi khi có ủy ban rủi ro, nhưng Hội đồng Quản trị vẫn chịu trách nhiệm tập thể về hiệu quả của hệ thống quản trị rủi ro cùng kiểm soát nội bộ liên quan. Phải phân tách nhiệm vụ giữa bên giám sát cấp Hội đồng Quản trị, bên quản trị rủi ro và bên bảo đảm độc lập (như kiểm toán nội bộ). Nhân sự Doanh nghiệp Nhà nước chịu trách nhiệm đánh giá rủi ro cần thẩm quyền đủ để thực hiện vai trò.

Tùy theo quy mô và năng lực của Doanh nghiệp Nhà nước, hệ thống quản trị rủi ro nên định kỳ thực hiện đánh giá rủi ro được điều chỉnh phù hợp, theo thông lệ tốt nêu ở Hướng dẫn về chống tham nhũng và liêm chính trong Doanh nghiệp Nhà nước. Hệ thống cũng cần đối phó rủi ro bên ngoài (khủng hoảng y tế, gián đoạn chuỗi cung ứng, căng thẳng địa chính trị). Khung quản trị rủi ro nên phát huy tác dụng trước (xây dựng khả năng chống chịu) và sau (kích hoạt quy trình khi có tình huống tiêu cực đột ngột). Nó cũng nên tích hợp thẩm định dựa trên rủi ro (risk-based due diligence) để nhận diện, phòng ngừa, giảm thiểu những ảnh hưởng xấu tiềm ẩn, phù hợp với Hướng dẫn của OECD về trách nhiệm kinh doanh của các doanh nghiệp đa quốc gia.

Các quy trình quản trị rủi ro đóng vai trò định hình việc thiết lập, duy trì kiểm soát nội bộ, chương trình/biện pháp về đạo đức, tuân thủ. Theo Hướng dẫn về chống tham nhũng và liêm chính trong Doanh nghiệp Nhà nước, các chương trình/biện pháp tuân thủ nên áp dụng cho mọi cấp của doanh nghiệp, mọi đơn vị chịu sự kiểm soát hiệu lực của Doanh nghiệp Nhà nước (kể cả công ty con). Các biện pháp có thể bao gồm, ví dụ, việc xây dựng quy tắc ứng xử, gắn với chính sách nhân sự hay chính sách nội bộ khác, đề ra quy trình nội bộ (như bảo vệ người tố cáo) để khuyến khích báo cáo vấn đề lên Hội đồng Quản trị mà không sợ bị trả thù. Phạm vi có thể mở rộng, nếu có thể, đến bên thứ ba. Cấu trúc khuyến khích của doanh nghiệp cũng cần phù hợp với các tiêu chuẩn đạo đức và chuyên nghiệp, để việc tuân thủ giá trị doanh nghiệp được ghi nhận và vi phạm pháp luật bị xử phạt ngăn ngừa.

Hệ thống quản trị rủi ro và tập hợp kiểm soát nội bộ giúp Doanh nghiệp Nhà nước tuân thủ luật, gồm quy định về ứng xử kinh doanh có trách nhiệm (nhân quyền, lao động), an ninh số, thuế, cạnh tranh, dữ liệu cá nhân, sức khỏe – an toàn, bền vững. Các quy định này cũng bao gồm luật xử lý hối lộ quan chức nước và giám sát được thiết kế theo mức độ rủi ro cụ thể mà một tổ chức hoặc doanh nghiệp có thể gặp phải trong quá trình hoạt động, đặc biệt là khi liên quan đến các bên thứ ba, chuỗi cung ứng, giao dịch hoặc lĩnh vực nhạy cảm. Khác với cách tiếp cận "một khuôn cho tất cả", thẩm định dựa trên rủi ro tập trung vào việc ưu tiên các hoạt động kiểm tra kỹ lưỡng hơn đối với những lĩnh vực, đối tác hoặc giao dịch có nguy cơ cao hơn. Mục tiêu là phân bổ nguồn lực hiệu quả, đồng thời đảm bảo tuân thủ pháp luật, chuẩn mực đạo đức và các nghĩa vụ quốc tế (ví dụ: chống rửa tiền, chống tham nhũng, tôn trọng nhân quyền, bảo vệ môi trường…). ngoài, như yêu cầu tại *Công ước OECD về chống hối lộ quan chức nước ngoài trong giao dịch kinh doanh quốc tế* [OECD/LEGAL/0293], và các dạng hối lộ, tham nhũng khác.

Kiểm soát nội bộ, chương trình/biện pháp đạo đức – tuân thủ nên mở rộng đến công ty con và cả bên thứ ba (đại lý, trung gian, tư vấn, đại diện, nhà phân phối, nhà thầu, nhà cung cấp, liên doanh).

V.C. Doanh nghiệp Nhà nước phải lập bộ phận kiểm toán nội bộ đủ năng lực, độc lập, chuyên nghiệp; chức năng này được Hội đồng Quản trị và Ủy ban Kiểm toán hoặc cơ quan tương đương (nếu có) giám sát, báo cáo trực tiếp.

Vai trò và chức năng của kiểm toán nội bộ (KTNB) khác nhau tùy từng nước, nhưng thường bao gồm đánh giá – kiểm tra quản trị, quản trị rủi ro và quy trình kiểm soát nội bộ. Tương tự công ty niêm yết lớn, Doanh nghiệp Nhà nước quy mô lớn nên thường có kiểm toán nội bộ. Nếu Doanh nghiệp Nhà nước khác (tùy quy mô, cơ cấu, phức tạp, rủi ro) có thể cân nhắc chức năng này ở mức khả thi.

Chức năng kiểm toán nội bộ có vai trò quan trọng trong hỗ trợ liên tục cho Ủy ban Kiểm toán hoặc cơ quan tương đương của Hội đồng Quản trị, giúp giám sát tổng thể kiểm soát nội bộ và hoạt động công ty. Kiểm toán viên nội bộ giúp bảo đảm quy trình công bố thông tin hiệu quả, chắc chắn, nhờ đánh giá tính toàn diện, liêm chính, chính xác, kịp thời và tần suất báo cáo về thông tin trọng yếu. Họ cần quy trình để xác nhận Ban Điều hành đã thu thập, tổng hợp, trình bày thông tin đầy đủ, chi tiết. Thông lệ tốt gợi ý lập "Hiến chương kiểm toán nội bộ" nêu rõ mục tiêu,vai trò, trách nhiệm và quy trình kiểm toán nội bộ.

Trách nhiệm của Hội đồng Quản trị là bảo đảm Doanh nghiệp Nhà nước thành lập chức năng kiểm toán nội bộ. Để đảm bảo độc lập, thẩm quyền, kiểm toán nội bộ cần báo cáo trực tiếp Hội đồng Quản trị và Ủy ban Kiểm toán. kiểm toán nội bộ cần quyền truy cập đầy đủ hồ sơ, không bị giới hạn phạm vi hoạt động. Kiểm toán nội bộ có quyền liên lạc không hạn chế với chủ tịch, Thành viên Hội đồng Quản trị, Ủy ban Kiểm toán, vì thông tin họ cung cấp quan trọng cho Hội đồng Quản trị đánh giá hoạt động, kết quả công ty. Nhằm nâng cao tính liêm chính, trách nhiệm giải trình, địa vị, tính độc lập, nguồn lực và kết quả hoạt động của kiểm toán nội bộ nên được Ủy ban Kiểm toán công khai.

Cần làm rõ vai trò của kiểm toán nội bộ và kiểm toán độc lập, để Hội đồng Quản trị nhận được mức độ bảo đảm cần thiết trong việc giám sát rủi ro. Nên khuyến khích kiểm toán độc lập trao đổi với kiểm toán nội bộ. Những phát hiện quan trọng từ kiểm toán nội bộ phải được báo cáo lên Hội đồng Quản trị, và nếu có, Ủy ban Kiểm toán. Theo thông lệ tốt, người đứng đầu kiểm toán nội bộ hằng năm phải xác nhận về tính khách quan của bộ phận với Hội đồng Quản trị, đồng thời nêu rõ bất kỳ tình huống nào có thể ảnh hưởng đến tính khách quan, cũng như các biện pháp khắc phục đã thực hiện.

V.D. Phải thực hiện kiểm toán độc lập bên ngoài hằng năm bởi kiểm toán viên có đủ năng lực, độc lập, theo chuẩn mực, đạo đức và độc lập được quốc tế công nhận, nhằm cung cấp sự bảo đảm hợp lý cho Hội đồng Quản trị và cổ đông rằng báo cáo tài chính của Doanh nghiệp Nhà nước được lập chính xác, phù hợp khung báo cáo tài chính áp dụng. Quy trình kiểm toán nội bộ của nhà nước không thay thế cho kiểm toán độc lập bên ngoài.

Vì lợi ích công, Doanh nghiệp Nhà nước cần minh bạch như công ty niêm yết. Bất kể hình thức pháp lý ra sao, kể cả Doanh nghiệp Nhà nước không niêm yết, họ vẫn cần báo cáo theo chuẩn kế toán

Kiểm toán tốt. Để gia tăng độ tin cậy thông tin, nhà nước nên yêu cầu ít nhất mọi Doanh nghiệp Nhà nước lớn phải chịu kiểm toán bên ngoài độc lập, theo chuẩn mực kiểm toán, đạo đức, độc lập quốc tế.

Kiểm toán viên độc lập sẽ đưa ra ý kiến về việc liệu báo cáo tài chính của Doanh nghiệp Nhà nước có phản ánh trung thực tình trạng tài chính, kết quả kinh doanh theo khung báo cáo áp dụng, trên mọi khía cạnh trọng yếu hay không. Ở một số quốc gia, kiểm toán viên còn có trách nhiệm báo cáo thêm về Quản trị Công ty và kiểm soát nội bộ tài chính.

Cần cơ chế chọn lựa kiểm toán viên phù hợp, đảm bảo họ độc lập với Doanh nghiệp Nhà nước, kể cả quản lý cấp cao và cổ đông lớn (tức nhà nước với Doanh nghiệp Nhà nước) nếu chuẩn mực đạo đức – độc lập áp dụng chưa đề cập. Kiểm toán viên phải chịu cùng yêu cầu độc lập như công ty tư nhân. Việc giám sát chặt chẽ Ủy ban Kiểm toán (hoặc Hội đồng Quản trị) là cần thiết, thường bao gồm hạn chế dịch vụ phi kiểm toán cho Doanh nghiệp Nhà nước và luân phiên kiểm toán viên hoặc đấu thầu định kỳ.

Thông lệ tốt: kiểm toán viên độc lập sẽ được Ủy ban Kiểm toán/Hội đồng Quản trị giới thiệu, và được đại hội đồng cổ đông hoặc ủy ban đó bổ nhiệm hoặc phê duyệt. Điều này giúp kiểm toán viên chịu trách nhiệm trước cổ đông. Tùy theo quy định pháp luật, cơ quan đại diện chủ sở hữu cũng có thể đề cử, bầu hoặc bổ nhiệm kiểm toán viên độc lập thông qua đại hội đồng cổ đông, song mối quan hệ và trách nhiệm báo cáo chính phải thuộc về Ủy ban Kiểm toán, cơ quan giám sát mối quan hệ với kiểm toán viên, tham gia bổ nhiệm, tái bổ nhiệm và xác định thù lao. Các hướng dẫn chi tiết khác – bao gồm cả yêu cầu về trình độ kiểm toán viên – được trình bày trong Bộ nguyên tắc Quản trị Công ty của G20/OECD.

Ngoài ra, kiểm toán bên ngoài độc lập không nên bị nhầm lẫn hoặc thay thế bởi kiểm toán nội bộ hay hệ thống kiểm soát nội bộ. Doanh nghiệp Nhà nước nên nỗ lực hoàn thành báo cáo tài chính trong cùng khoảng thời gian với công ty niêm yết. Báo cáo kiểm toán độc lập cần kèm theo báo cáo thường niên của Doanh nghiệp Nhà nước, công bố đầy đủ trong khung thời gian hợp lý, phù hợp với quy định hiện hành. Việc kiểm toán viên liên tục đưa ý kiến ngoại trừ nên xem là "tín hiệu cảnh báo".

Các cơ quan kiểm toán nhà nước hiện tại và các cơ chế kiểm soát nội bộ trong Chính phủ như các cơ quan kiểm toán chuyên ngành hoặc kiểm toán nhà nước tối cao, , dù kiểm tra Doanh nghiệp Nhà nước và cơ quan đại diện chủ sở hữu, cũng chưa đủ bảo đảm chất lượng, độ toàn diện của thông tin kế toán, vì họ được lập để giám sát việc sử dụng ngân sách công, nguồn lực công, hơn là đánh giá toàn bộ hoạt động Doanh nghiệp Nhà nước. Kết quả kiểm toán của cơ quan kiểm toán tối cao nên được cơ quan lập phápxem xét đúng thời điểm và phù hợp với chu kỳ ngân sách, đồng thời cần được công khai.

V.E. Cơ quan đại diện chủ sở hữu nên xây dựng chế độ báo cáo nhất quán về Doanh nghiệp Nhà nước và hằng năm công bố một báo cáo tổng hợp về Doanh nghiệp Nhà nước, nêu ra các vấn đề trọng yếu, bao gồm thông tin liên quan đến phát triển bền vững, khía cạnh quản trị, cũng như mức độ hoàn thành mục tiêu chính sách công. Thông tin công bố cần phản ánh toàn diện, rõ ràng, đáng tin cậy về danh mục Doanh nghiệp Nhà nước, chất lượng cao, có thể so sánh, ngắn gọn, công khai, kể cả thông qua kênh kỹ thuật số.

Cơ quan đại diện chủ sở hữu nên xây dựng báo cáo tổng hợp bao quát toàn bộ Doanh nghiệp Nhà nước có ý nghĩa kinh tế, làm công cụ công bố quan trọng phục vụ công chúng, lập pháp, truyền thông. Báo cáo này cần giúp mọi người nắm rõ tình hình và kết quả chung của Doanh nghiệp Nhà nước. Đồng thời, nó cũng là phương tiện để cơ quan đại diện chủ sở hữu hiểu rõ về hiệu suất của Doanh nghiệp Nhà nước, nắm rõ hơn về chính sách của mình, nâng cao việc đặt chỉ số giám sát, đánh giá việc thực thi chính sách sở hữu, mục tiêu và kỳ vọng. Khi báo cáo đánh giá việc Doanh nghiệp Nhà nước đáp ứng mục tiêu (kể cả so với chỉ tiêu do nhà nước đặt) và các hoạt động phi thương mại (nếu có), thì có thể cải thiện hệ thống quản lý hiệu suất.

Báo cáo này nên kết hợp thành một bản tóm lược hằng năm do nhà nước công bố, gồm các thông tin quan trọng: bức tranh toàn cảnh về quy mô, phân bố lĩnh vực hoạt động Doanh nghiệp Nhà nước (nếu thích hợp), kết quả hoạt động các giai đoạn, so với quá khứ. Báo cáo có thể bao gồm cả yếu tố dự báo tương lai để hỗ trợ tạo giá trị cho khu vực Doanh nghiệp Nhà nước. Báo cáo tổng hợp còn nên cung cấp cái nhìn tổng quát về giá trị khu vực Doanh nghiệp Nhà nước khi thích hợp, đề cập đến thành tích tài chính và giá trị của từng Doanh nghiệp Nhà nước, cũng như chỉ tiêu phi tài chính quan trọng. Tối thiểu, báo cáo chỉ ra giá trị danh mục nhà nước. Đồng thời, nêu rõ chính sách sở hữu và cách nhà nước thực hiện. Thông tin về tổ chức chức năng sở hữu cũng nên được đưa vào (quy trình đề cử – bổ nhiệm, cơ cấu, năng lực, thù lao các cơ quan quản trị thuộc sở hữu nhà nước), tổng hợp tình hình Doanh nghiệp Nhà nước, chỉ số tài chính, thay đổi trong Hội đồng Quản trị Doanh nghiệp Nhà nước. Báo cáo cần có các chỉ tiêu tài chính quan trọng như doanh thu, lợi nhuận, lưu chuyển tiền tệ từ hoạt động kinh doanh, tổng đầu tư, ROE, tỷ số vốn chủ sở hữu/tổng tài sản, cổ tức, tỉ lệ việc làm, và nội dung khác liên quan đến môi trường – xã hội – quản trị (ESG). Việc công bố thông tin bền vững ở mức tổng hợp (danh mục) cũng như phân tích rủi ro, cơ hội về phát triển bền vững hỗ trợ nắm bắt rõ yêu cầu bền vững đặt ra cho danh mục Doanh nghiệp Nhà nước, sự tương thích tổng thể danh mục với cam kết bền vững quốc gia. Báo cáo hằng năm nên gồm chỉ số then chốt để theo dõi theo thời gian. Nếu rủi ro tài khóa đáng kể, cơ quan đại diện chủ sở hữu có thể chỉ rõ nguồn rủi ro chính và đưa phân tích rủi ro theo ngành hoặc Doanh nghiệp Nhà nước.

Cần minh bạch về phương pháp tổng hợp số liệu. Báo cáo có thể bổ sung thông tin riêng cho một số Doanh nghiệp Nhà nước quan trọng. Mục tiêu là đảm bảo báo cáo tổng hợp không bị trùng lặp nhưng vẫn bổ sung cho các báo cáo hiện có, chẳng hạn như báo cáo thường niên gửi cơ quan lập pháp. Một số trường hợp, cơ quan đại diện chủ sở hữu có thể công bố "báo cáo tổng hợp một phần", chỉ bao quát các Doanh nghiệp Nhà nước trong cùng lĩnh vực. Quan trọng là báo cáo hằng năm phải công bố rõ chuẩn mực áp dụng cho từng Doanh nghiệp Nhà nước cũng như cơ quan đại diện chủ sở hữu khi trình bày dữ liệu tổng hợp. Nên dùng chuẩn mực quốc tế (ví dụ IFRS) nếu khả thi. Nếu trong danh mục có sự khác biệt về chuẩn mực kế toán, mức độ minh bạch có thể thay đổi, do đó cần phải giải thích rõ ràng để đảm bảo sự công bằng và chính xác trong việc đánh giá các Doanh nghiệp Nhà nước.

Thông lệ tốt khuyến khích báo cáo tổng hợp dưới dạng báo cáo giải thích hằng năm về kết quả danh mục Doanh nghiệp Nhà nước. Một số nơi đính kèm báo cáo này vào tài liệu trình cơ quan lập pháp hoặc quy trình ngân sách thường niên. Một số khác cập nhật trực tuyến các chỉ số tài chính (và phi tài chính), có thể đáp ứng yêu cầu tương tự tùy thuộc vào mức độ chi tiết. Báo cáo đột xuất “ad hoc” nói chung không đảm bảo chức năng giải trình – minh bạch như báo cáo tổng hợp hằng năm. Việc dùng công nghệ kỹ thuật số sẽ hỗ trợ người đọc tương tác với dữ liệu, tìm kiếm, tải xuống dưới dạng tổng hợp hay chi tiết. Báo cáo tổng hợp hằng năm phải công khai, dễ truy cập. Nhiều cơ quan đại diện chủ sở hữu có website “một cửa” cung cấp thông tin về cơ cấu tổ chức của chức năng chủ sở hữu, chính sách sở hữu chung cũng như báo cáo tổng hợp hằng năm.

Bên cạnh đó, báo cáo tổng hợp hằng năm cũng là thành tố quan trọng trong khung trách nhiệm giải trình tổng thể của cơ quan đại diện chủ sở hữu khi được sử dụng như một cơ chế báo cáo cho cơ quan lập pháp hay các tổ chức đại diện khác.

Hướng dẫn Chi tiết chương VI: Thành phần và trách nhiệm của Hội đồng Quản trị của Doanh nghiệp Nhà nước

Chính phủ cần bảo đảm Hội đồng Quản trị Doanh nghiệp Nhà nước có đủ thẩm quyền, năng lực và tính khách quan để thực thi chức năng định hướng chiến lược, giám sát quản lý rủi ro và kiểm tra Ban Điều hành. Họ phải hành động với tinh thần liêm chính, thúc đẩy liêm chính và chịu trách nhiệm cho hành động của mình.

Hội đồng Quản trị đóng vai trò trung tâm trong quản trị Doanh nghiệp Nhà nước. Đối với Doanh nghiệp Nhà nước sở hữu toàn bộ hoặc đa số, Hội đồng Quản trị là cầu nối giữa chính phủ (với tư cách cổ đông), các cổ đông khác và doanh nghiệp. Họ chịu trách nhiệm cao nhất, thông qua nghĩa vụ ủy thác về kết quả hoạt động của Doanh nghiệp Nhà nước, bảo vệ lợi ích cổ đông cũng như cân nhắc các bên liên quan.

Tăng cường quyền hạn và nâng cao chất lượng, hiệu quả của Hội đồng Quản trị Doanh nghiệp Nhà nước là bước cốt lõi để đảm bảo chất lượng Quản trị Công ty ở Doanh nghiệp Nhà nước. Tùy theo mức độ sở hữu và kiểm soát, chính phủ nên bảo đảm Doanh nghiệp Nhà nước có Hội đồng Quản trị vững mạnh, hành động vì lợi ích doanh nghiệp và chủ sở hữu, giám sát hiệu quả Ban Điều hành, đồng thời bảo vệ Ban Điều hành khỏi can thiệp vào hoạt động thường nhật. Để đạt được điều này, cần bảo đảm Hội đồng Quản trị đủ năng lực, tăng tính độc lập và cải thiện cách thức hoạt động, trao cho họ trách nhiệm rõ ràng, toàn diện, đảm bảo họ hành động với tinh thần liêm chính.

VI.A. Hội đồng Quản trị Doanh nghiệp Nhà nước phải được trao nhiệm vụ rõ ràng và chịu trách nhiệm cao nhất về kết quả doanh nghiệp. Vai trò, nghĩa vụ của Hội đồng Quản trị nên quy định minh bạch trong luật, ưu tiên theo luật công ty. Thành viên Hội đồng Quản trị phải hành động trên cơ sở thông tin đầy đủ, thiện chí, cẩn trọng, vì lợi ích tốt nhất của doanh nghiệp, cổ đông, đồng thời cân nhắc lợi ích các bên liên quan.

Trách nhiệm của Hội đồng Quản trị Doanh nghiệp Nhà nước nên được quy định trong luật, quy định liên quan, chính sách sở hữu của chính phủ và điều lệ công ty. Mấu chốt là mọi Thành viên Hội đồng Quản trị đều có nghĩa vụ pháp lý hành động vì lợi ích cao nhất của doanh nghiệp và đối xử công bằng với mọi cổ đông. Thông lệ tốt yêu cầu Hội đồng Quản trị xem xét (giữa những yếu tố khác) lợi ích các bên liên quan khi đưa ra quyết định kinh doanh vì thành công, hiệu quả dài hạn và vì lợi ích cổ đông. Nguyên tắc này cũng áp dụng cho Hội đồng Quản trị làm việc trong tập đoàn công ty: dù công ty chịu sự kiểm soát của doanh nghiệp khác, nghĩa vụ trung thành của Thành viên Hội đồng Quản trị vẫn dành cho công ty và toàn bộ cổ đông, không riêng công ty mẹ. Trách nhiệm pháp lý, tập thể và cá nhân, của Thành viên Hội đồng Quản trị cần được nêu rõ. Không có phân biệt trách nhiệm giữa thành viên do nhà nước hoặc do cổ đông/bên liên quan khác đề cử. Cần tổ chức tập huấn để Thành viên Hội đồng Quản trị Doanh nghiệp Nhà nước hiểu trách nhiệm, nghĩa vụ của họ. Để khuyến khích trách nhiệm của Hội đồng Quản trị và nhằm bảo đảm hội đồng hoạt động hiệu quả, cơ cấu tổ chức Hội đồng Quản trị Doanh nghiệp Nhà nước cần phù hợp với các thông lệ tốt nhất đã được phát triển trong khu vực tư nhân. Nên giới hạn quy mô, chỉ cần đủ số thành viên để Hội đồng Quản trị hoạt động. Thực tiễn cho thấy Hội đồng Quản trị nhỏ hơn tạo điều kiện thảo luận chiến lược thực chất, ít nguy cơ trở thành trở thành bộ máy phê duyệt hình thức. Bản báo cáo Hội đồng Quản trị nên kèm báo cáo tài chính thường niên, gửi kiểm toán viên độc lập. Báo cáo này cung cấp thông tin, đánh giá về tổ chức, kết quả tài chính/phi tài chính, rủi ro trọng yếu, vấn đề bền vững, sự kiện quan trọng, quan hệ với người lao động và các bên liên quan, cùng ảnh hưởng của chỉ đạo từ cơ quan đại diện chủ sở hữu.

VI.B. Hội đồng Quản trị Doanh nghiệp Nhà nước cần thực thi hiệu quả nhiệm vụ xem xét, định hướng chiến lược, giám sát Ban Điều hành, trên cơ sở các kỳ vọng, nhiệm vụ rộng do cổ đông đề ra. Họ phải có quyền bổ nhiệm, bãi nhiệm tổng giám đốc (CEO), điều chỉnh mức thù lao của Ban Điều hành sao cho phù hợp lợi ích dài hạn doanh nghiệp và cổ đông.

Để thực hiện vai trò, Hội đồng Quản trị Doanh nghiệp Nhà nước nên tích cực: (i) Xây dựng/chấp thuận, giám sát và đánh giá chiến lược doanh nghiệp phù hợp mục tiêu chung; (ii) Thiết lập chỉ số hiệu suất phù hợp, nhận diện rủi ro chính; (iii) Phát triển, giám sát chính sách quản lý rủi ro tài chính, vận hành, cũng như các rủi ro khác liên quan quyền con người, chống tham nhũng, cơ hội bình đẳng, lao động, an ninh số, bảo vệ dữ liệu cá nhân, cạnh tranh, môi trường, thuế, an toàn – sức khỏe; (iv) Giám sát quy trình công bố, bảo đảm báo cáo tài chính phản ánh đúng tình hình và rủi ro doanh nghiệp; (v) Đánh giá, kiểm soát hiệu quả Ban Điều hành; (vi) Xác định mức thù lao CEO, giám sát kế hoạch kế nhiệm lãnh đạo chủ chốt, duy trì liên tục công việc kinh doanh, chính sách công. Kế hoạch kế nhiệm có thể lồng ghép biện pháp dự phòng và công cụ chiến lược dài hạn hỗ trợ phát triển nhân tài, thúc đẩy đa dạng.

Một trọng trách quan trọng của Hội đồng Quản trị là bổ nhiệm, bãi nhiệm CEO. Nếu không có quyền này, khó để Hội đồng Quản trị hoàn toàn giám sát, gánh trách nhiệm về hoạt động của doanh nghiệp. Ở một số nơi, điều này có thể thực hiện kèm ý kiến cơ quan đại diện chủ sở hữu hay cổ đông khác. Tuy vậy, thực tiễn tốt nhất là khuyến nghị Hội đồng Quản trị vẫn giữ trách nhiệm cuối cùng về quy trình chọn CEO. Nhà nước cần kỳ vọng Hội đồng Quản trị áp dụng tiêu chuẩn cao cho việc tuyển dụng, hành xử của giám đốc điều hành, quản lý cấp cao, dựa trên tiêu chí chuyên môn.

Nếu chính phủ vẫn đóng vai trò quyết định trong bổ nhiệm CEO ở Doanh nghiệp Nhà nước sở hữu 100%, cần chú trọng việc bổ nhiệm dựa trên tiêu chí chuyên nghiệp, quy trình cạnh tranh do Hội đồng Quản trị dẫn dắt (giống các quy trình bổ nhiệm khác), nhiệm kỳ không trùng chu kỳ bầu cử. Đặc biệt với Doanh nghiệp Nhà nước lớn, có hoạt động kinh tế, việc thuê chuyên gia độc lập tham gia quy trình tuyển CEO là thực tiễn tốt. Hội đồng Quản trị cũng có thể lập ủy ban đề cử, chịu trách nhiệm xác định tiêu chí CEO, quản lý cấp cao, đề xuất cho Hội đồng Quản trị với đa số thành viên là Thành viên Hội đồng Quản trị độc lập. Ủy ban này có thể hướng dẫn quản trị nhân tài, xem lại chính sách tuyển quản lý chủ chốt. Quy tắc, thủ tục cho bổ nhiệm CEO cần minh bạch, tôn trọng trách nhiệm giải trình giữa CEO, Hội đồng Quản trị và cơ quan đại diện chủ sở hữu. Mọi thỏa thuận cổ đông về đề cử CEO phải được công bố. Trong một số nơi, ủy ban chuyên trách tại Hội đồng Quản trị đề cử CEO không nên nhầm lẫn với ủy ban đề cử do đại hội đồng cổ đông lập để đề cử Thành viên Hội đồng Quản trị.

Vì Hội đồng Quản trị cần đánh giá, giám sát hiệu quả Ban Điều hành, Hội đồng Quản trị nên quyết định (theo quy định của chính phủ) về mức lương thưởng CEO và lãnh đạo chủ chốt. Chính sách lương thưởng cho quản lý chủ chốt phải cạnh tranh nhưng cân đối, tránh khuyến khích hành vi xung đột với lợi ích dài hạn doanh nghiệp, cổ đông và lợi ích công. Khi phù hợp, Hội đồng Quản trị cần bảo đảm lương thưởng gắn với rủi ro trọng yếu, gắn với chiến lược, kết quả thực hiện. Hội đồng Quản trị cũng cần công khai mức thù lao hằng năm. Giới hạn thù lao tuyệt đối hay ở một số thành phần có thể giảm rủi ro bất hợp lý, bảo vệ danh tiếng công ty. Cần dựa trên dữ liệu, chỉ số chất lượng; các KPI nên khuyến khích tầm nhìn dài hạn, gắn chặt với yếu tố cốt lõi của chiến lược, dựa trên dữ liệu, chỉ số chất lượng (đã kiểm toán/ đảm bảo). Mặc dù trong một số trường hợp, chỉ số và mục tiêu định tính có thể hữu ích, thông lệ tốt vẫn khuyến khích chúng nên có thể định lượng, minh bạch, được kiểm chứng nhằm đảm bảo tính tin cậy.

Việc dùng cơ chế giảm hoặc truy thu lương thưởng (malus, claw-back) được xem là thông lệ tốt. Nó cho phép doanh nghiệp giữ lại hoặc thu hồi thù lao từ lãnh đạo trong trường hợp gian lận quản lý hoặc trong tình huống khác, ví dụ doanh nghiệp phải điều chỉnh báo cáo tài chính do vi phạm quy định nghiêm trọng.

VI.C. Thành phần Hội đồng Quản trị Doanh nghiệp Nhà nước cần bảo đảm khả năng thực thi đánh giá khách quan và độc lập. Mọi Thành viên Hội đồng Quản trị, kể cả công chức nhà nước, được

đề cử/bổ nhiệm dựa trên năng lực liên quan đến lĩnh vực hoạt động, hồ sơ kinh doanh của doanh nghiệp, và đều có trách nhiệm pháp lý tương đồng.

Điều kiện tiên quyết để Hội đồng Quản trị Doanh nghiệp Nhà nước có thể chủ động, độc lập, giám sát quản lý cấp cao, quyết định chiến lược hiệu quả là cơ cấu, sắp đặt phù hợp. Mọi Thành viên Hội đồng Quản trị phải được chọn dựa trên năng lực, phẩm chất đạo đức cá nhân và trình độ chuyên môn, dùng bộ tiêu chí rõ ràng, thống nhất, được quy định trước cho cả tập thể Hội đồng Quản trị, vị trí thành viên cá nhân, vị trí chủ tịch. Quy trình bổ nhiệm cần công khai, bao gồm yếu tố đa dạng, kiểm tra lý lịch và – khi cần – áp dụng cơ chế phòng ngừa xung đột lợi ích trong tương lai (ví dụ như kê khai tài sản). Họ nên đáp ứng được các năng lực cốt lõi (như hiểu biết kinh doanh, tài chính, kiểm toán và kiểm soát), có kiến thức, kinh nghiệm trong lĩnh vực mà doanh nghiệp hoạt động. Tham khảo chi tiết trong "Hướng dẫn II.F.2". Thành viên Hội đồng Quản trị không được đóng vai trò "đại diện cá nhân" cho bên đã bổ nhiệm họ bao gồm chính phủ với tư cách chủ sở hữu, công ty mẹ trong trường hợp Doanh nghiệp Nhà nước được sở hữu gián tiếp hay các cổ đông nhà nước và ngoài nhà nước theo quy định của luật công ty . Hội đồng Quản trị Doanh nghiệp Nhà nước phải được bảo vệ khỏi các hành vi can thiệp chính trị, tập trung vào mục tiêu đã thống nhất với chính phủ, cơ quan đại diện chủ sở hữu. Mọi đại diện nhà nước vào Hội đồng Quản trị đều phải chịu trách nhiệm pháp lý như Thành viên Hội đồng Quản trị khác. Họ không được miễn trách nhiệm cá nhân dù trên danh nghĩa hay thực tế.Thông lệ tốt khuyến khích sự đa dạng trong cơ cấu Hội đồng Quản trị cũng như trong đội ngũ quản lý cấp cao và các vị trí điều hành chủ chốt (bao gồm đa dạng về giới tính, tuổi, vùng miền, chuyên môn, giáo dục). Thành viên Hội đồng Quản trị cần có kỹ năng thương mại, tài chính, và trong lĩnh vực hoạt động của doanh nghiệpđể thực hiện hiệu quả nhiệm vụ của mình. Kinh nghiệm trong khu vực tư nhân cũng hữu ích. Thành viên Hội đồng Quản trị có thể cần nâng cao năng lực sau bổ nhiệm thông qua việc đào tạo hoặc các hình thức nâng cao năng lực khác . Cách làm này cũng giúp họ tiếp tục cập nhật kiến thức pháp luật, quy định mới và những rủi ro thương mại hay rủi ro khác đang thay đổi.

Cơ chế đánh giá, duy trì tính hiệu quả và độc lập Hội đồng Quản trị nên được xây dựng, gồm quy định về giới hạn nhiệm kỳ liên tục, số lần tái bổ nhiệm, số vị trí Hội đồng Quản trị tối đa mà một người được giữ, cũng như đảm bảo các nguồn lực cần thiết giúp Hội đồng Quản trị tiếp cận thông tin hoặc chuyên môn độc lập. Doanh nghiệp Nhà nước cũng nên tiến hành đánh giá Hội đồng Quản trị, ủy ban Hội đồng Quản trị.

VI.D. Một số lượng phù hợp Thành viên Hội đồng Quản trị độc lập nên có mặt trong Hội đồng Quản trị và ủy ban chuyên trách trực thuộc Hội đồng Quản trị.

Để tăng tính khách quan, cần yêu cầu tối thiểu số lượng thành viên độc lập ở Hội đồng Quản trị Doanh nghiệp Nhà nước. Thông tin chi tiết về con số phù hợp trong ủy ban chuyên trách nêu ở "Hướng dẫn VI.H". Ngoài tiêu chí độc lập ghi trong định nghĩa về "Cơ quan Chủ quản Doanh nghiệp Nhà nước" nêu trong *Bộ Hướng dẫn* này, thông lệ tốt cũng loại trừ người có quan hệ hôn nhân, gia đình, cá nhân với lãnh đạo doanh nghiệp hoặc cổ đông kiểm soát. Thành viên độc lập cần có đủ năng lực để làm đối trọng khi có đại diện nhà nước trong Hội đồng Quản trị.

Thành viên độc lập phải có trình độ, kinh nghiệm phù hợp nhằm tăng hiệu quả của Hội đồng Quản trị. Với Doanh nghiệp Nhà nước hoạt động trong lĩnh vực kinh tế, khuyến khích tuyển dụng từ khu vực tư nhân để Hội đồng Quản trị có định hướng kinh doanh mạnh hơn. Họ cần có chuyên môn phù hợp với ngành và hoạt động của doanh nghiệp.

VI.E. Nên áp dụng cơ chế phòng ngừa xung đột lợi ích, đảm bảo mọi Thành viên Hội đồng Quản trị có thể thực hiện nhiệm vụ một cách khách quan, hạn chế can thiệp chính trị vào quy trình của Hội đồng Quản trị. Chính trị gia có thể ảnh hưởng đáng kể đến điều kiện hoạt động của Doanh nghiệp Nhà nước không nên có mặt trong Hội đồng Quản trị. Người từng giữ vị trí đó cần có thời gian tạm dừng (cooling-off). Công chức hay quan chức chính phủ khác có thể vào Hội đồng Quản trị nếu được đề cử dựa trên tiêu chí năng lực, đồng thời phải tuân thủ các quy định về phòng ngừa xung đột lợi ích.

Pháp luật về chống tham nhũng, liêm chính công cần áp dụng đầy đủ cho Thành viên Hội đồng Quản trị Doanh nghiệp Nhà nước. Hội đồng Quản trị nên giám sát việc thực hiện và quá trình vận hành các chính sách nêu trên để xác định xung đột lợi ích tiềm ẩn. Thành viên Hội đồng Quản trị, giám đốc điều hành chủ chốt cần khai báo kịp thời với cơ quan có thẩm quyền về xung đột lợi ích thực tế hoặc tiềm ẩn và về tài sản, nợ, đầu tư, hoạt động, việc làm và lợi ích của họ. Với trường hợp được coi là "công chức", việc kê khai có thể công khai. Trong thời gian đương nhiệm, các bản kê khai phải được cập nhật kịp thời và tất cả các Thành viên Hội đồng Quản trị cùng các lãnh đạo chủ chốt phải kịp thời thông báo cho Hội đồng Quản trị về mọi xung đột thực tế hay tiềm ẩn, để Hội đồng Quản trị quyết định cách quản lý hoặc giảm thiểu chúng.

Cần đặc biệt chú ý quản lý xung đột lợi ích và việc dịch chuyển nhân sự giữa khu vực công và khu vực tư (còn được gọi là hiện tượng "cánh cửa xoay"), gồm việc áp dụng thời gian tạm dừng thỏa đáng cho cựu chính trị gia, quan chức trước khi bổ nhiệm vào Hội đồng Quản trị. Để giảm thiểu xung đột lợi ích, cơ hội can thiệp chính trị và tránh các tác động không phù hợp khác từ phía Chính phủ, Hội đồng Quản trị cần chịu trách nhiệm duy trì tính độc lập với chủ sở hữu nhà nước, các ban ngành liên quan của chính phủ.

Ngoài ra, trách nhiệm pháp lý cá nhân, tập thể của Thành viên Hội đồng Quản trị phải được quy định rõ ràng. Mọi Thành viên Hội đồng Quản trị cần có nghĩa vụ pháp lýhành động vì lợi ích doanh nghiệp, đồng thời nhận thức được mục tiêu của cổ đông; họ cũng phải khai báo bất kỳ sở hữu cá nhân nào trong Doanh nghiệp Nhà nước, tuân thủ quy định giao dịch nội gián.

Chính trị gia có khả năng ảnh hưởng lớn đến điều kiện hoạt động Doanh nghiệp Nhà nước không được phục vụ trong Hội đồng Quản trị. Cựu chính trị gia này cần tuân thủ một khoảng thời gian giai đoạn tạm dừng được quy định trước. Công chức, quan chức nhà nước khác có thể tham gia Hội đồng Quản trị nếu đáp ứng tiêu chí năng lực và tuân thủ quy tắc xung đột lợi ích. Ngoài ra, người giữ vai trò quyền lực hành pháp (nguyên thủ quốc gia, thủ tướng, bộ trưởng, lãnh đạo cơ quan quản lý) không nên nằm trong Hội đồng Quản trị Doanh nghiệp Nhà nước vì làm dấy lên nghi ngờ về tính độc lập trong phán quyết của họ.

Thành viên Hội đồng Quản trị Doanh nghiệp Nhà nước không được lợi dụng vị trí để phục vụ mục đích tài trợ chính trị, bổ nhiệm thân hữu, trục lợi cá nhân hay cho các bên liên quan. Chính phủ cần tuân thủ các thông lệ tốt của quốc tế, áp dụng quy định liên quan trong Hướng dẫn của OECD về chống tham nhũng và liêm chính trong Doanh nghiệp Nhà nước, Công ước OECD về chống hối lộ quan chức nước ngoài… cùng các văn kiện liên quan. Các quy định pháp lý cụ thể cấm hành vi "bảo trợ", tài trợ chính trị, trục lợi cá nhân hoặc các bên liên quan nên áp dụng cho Doanh nghiệp Nhà nước theo luật hình sự, hành chính, gồm cả luật chống hối lộ với Doanh nghiệp Nhà nước. Giao dịch bên liên quan phải minh bạch, công bố công khai.

VI.F. Thông lệ tốt yêu cầu chủ tịch Hội đồng Quản trị độc lập và có vai trò tách biệt với CEO. Chủ tịch chịu trách nhiệm về hiệu quả hoạt động của Hội đồng Quản trị và, khi cần, phối hợp cùng Thành viên Hội đồng Quản trị khác trong vai trò kênh liên lạc với cơ quan đại diện chủ sở hữu nhà nước.

Chủ tịch có vai trò cốt lõi trong thúc đẩy hiệu quả, tính hữu hiệu của Hội đồng Quản trị. Họ phải xây dựng một nhóm làm việc hiệu quả từ nhiều cá nhân, đòi hỏi kỹ năng cụ thể như khả năng lãnh đạo, động viên, nắm bắt quan điểm khác nhau, xử lý xung đột, năng lực cá nhân và chuyên môn. Trong Doanh nghiệp Nhà nước sở hữu 100% bởi nhà nước, chủ tịch Hội đồng Quản trị là đầu mối chính giữa doanh nghiệp và cơ quan đại diện chủ sở hữu. Chủ tịch có thể cung cấp cho cơ quan đại diện chủ sở hữu ý kiến phản hồi từ đánh giá hằng năm của Hội đồng Quản trị để xác định thiếu hụt kỹ năng, hỗ trợ đề cử/bổ nhiệm Hội đồng Quản trị.

Việc tách bạch chủ tịch và CEO giúp cân bằng quyền lực, tăng cường trách nhiệm giải trình, củng cố khả năng Hội đồng Quản trị đưa ra quyết định khách quan, không bị ảnh hưởng quá mức bởi Ban Điều hành. Cần quy định rõ vai trò chủ tịch và CEO để ngăn tình huống bất hợp tác thiếu hiệu quả. Thông lệ tốt là người đứng đầu Ban Điều hành (nếu có thể áp dụng) không trở thành chủ tịch ban giám sát sau khi nghỉ hưu.

Sự tách bạch này đặc biệt quan trọng trong Doanh nghiệp Nhà nước, nơi thường xem cần trao quyền độc lập cho Hội đồng Quản trị khỏi Ban Điều hành. Chủ tịch dẫn dắt Hội đồng Quản trị, đảm bảo hoạt động hiệu quả, khuyến khích từng thành viên đóng góp vào chỉ đạo chiến lược Doanh nghiệp Nhà nước. Khi chức danh chủ tịch và CEO tách rời, chủ tịch có thể tham gia trao đổi với cơ quan đại diện chủ sở hữu nhà nước về kỹ năng, kinh nghiệm mà Hội đồng Quản trị cần, nhằm vận hành hiệu quả.

VI.G. Khi có đại diện người lao động trong Hội đồng Quản trị là yêu cầu luật định hoặc phổ biến, cần cơ chế để bảo đảm việc đại diện này được thực hiện hiệu quả và góp phần nâng cao kỹ năng, thông tin, tính độc lập của Hội đồng Quản trị.

Mục tiêu đưa người lao động vào Hội đồng Quản trị Doanh nghiệp Nhà nước là tăng trách nhiệm với nhân viên (xem như bên liên quan) và thúc đẩy chia sẻ thông tin giữa nhân viên, Hội đồng Quản trị. Điều này có thể giúp làm phong phú thảo luận và hỗ trợ triển khai quyết định Hội đồng Quản trị trong nội bộ. Trường hợp luật hoặc thỏa ước quy định đại diện người lao động trên Hội đồng Quản trị, cần áp dụng theo hướng đóng góp vào tính độc lập, năng lực, thông tin, tính đa dạng của Hội đồng Quản trị. Người lao động đại diện có nghĩa vụ, trách nhiệm tương đương Thành viên Hội đồng Quản trị khác, hành động vì lợi ích tốt nhất của doanh nghiệp, lưu ý quyền lợi các bên liên quan khi thích hợp, đối xử công bằng với mọi cổ đông. Bản thân việc nhân viên tham gia Hội đồng Quản trị không bị coi là đe dọa tính độc lập của Hội đồng Quản trị.

Các thủ tục phù hợp cần được thiết lập nhằm tạo điều kiện cho đại diện người lao động trong Hội đồng Quản trị tiếp cận thông tin, đào tạo và chuyên môn, đồng thời bảo đảm tính độc lập của họ đối với CEO, Ban Điều hành. Thủ tục này cũng bao gồm quy trình bổ nhiệm minh bạch, dân chủ, quyền báo cáo thường xuyên tới người lao động (miễn không vi phạm quy tắc bảo mật Hội đồng Quản trị), đào tạo, quy tắc xử lý xung đột lợi ích. Để họ đóng góp tích cực, cần sự hợp tác tích cực từ các Thành viên Hội đồng Quản trị còn lại và Ban Điều hành.

VI.H. Hội đồng Quản trị Doanh nghiệp Nhà nước nên cân nhắc thành lập ủy ban chuyên môn (với thành viên độc lập, đủ năng lực) để hỗ trợ toàn Hội đồng Quản trị thực hiện chức năng, đặc biệt Ủy ban Kiểm toán (hoặc tương đương) nhằm giám sát công bố thông tin, kiểm soát nội bộ, vấn đề liên quan kiểm toán. Các ủy ban khác như thù lao, đề cử, quản lý rủi ro, bền vững... có thể hỗ trợ Hội đồng Quản trị tùy theo quy mô, cấu trúc, mức độ phức tạp, hồ sơ rủi ro của Doanh nghiệp Nhà nước. Nhiệm vụ, thành phần và quy trình hoạt động của ủy ban nên được Hội đồng Quản trị quy định, công bố rõ, nhưng trách nhiệm cuối cùng vẫn thuộc toàn Hội đồng Quản trị. Việc lập ủy ban chuyên môn nhằm tăng hiệu quả hoạt động Hội đồng Quản trị chứ không giảm trách nhiệm của cả Hội đồng Quản trị.

Việc thành lập ủy ban Hội đồng Quản trị có thể góp phần nâng cao hiệu quả, năng lực tập trung giải quyết các vấn đề chuyên sâu, đồng thời củng cố trách nhiệm quan trọng của Hội đồng Quản trị. Nó cũng hữu ích để thay đổi văn hóa Hội đồng Quản trị, nâng cao tính độc lập, tính chính danh ở những lĩnh vực dễ xung đột lợi ích, như mua sắm công, giao dịch bên liên quan, chính sách thù lao. Việc dùng ủy ban chuyên môn, đặc biệt ở Doanh nghiệp Nhà nước lớn, theo thực tiễn khu vực tư, mang lại giá trị cho Hội đồng Quản trị cả về kiểm toán, thù lao, đề cử, chiến lược, đạo đức, rủi ro, bền vững, chuyển đổi số, mua sắm công.

Nếu không có ủy ban chuyên môn, Hội đồng Quản trị vẫn phải phân công thành viên có năng lực phụ trách các mảng này. Cơ quan đại diện chủ sở hữu có thể ban hành hướng dẫn quy định trường hợp nào Hội đồng Quản trị nên lập ủy ban chuyên trách, dựa trên quy mô Doanh nghiệp Nhà nước, rủi ro cụ thể hoặc nhu cầu tăng cường năng lực.

Với Doanh nghiệp Nhà nước quy mô lớn, cần ít nhất có Ủy ban Kiểm toán (hoặc tương đương) với đa số thành viên độc lập, giám sát công bố thông tin, tính hiệu lực – liêm chính của hệ thống kiểm soát nội bộ (kể cả kiểm toán nội bộ) và vấn đề liên quan kiểm toán. Họ nên có quyền tiếp xúc với mọi cán bộ Doanh nghiệp Nhà nước. Thông thường, ủy ban này cũng giám sát quản lý rủi ro, trừ khi có hoặc pháp luật đòi hỏi lập ủy ban rủi ro riêng, tùy quy mô, cấu trúc, mức phức tạp, hồ sơ rủi ro. Tùy luật/quy tắc, các quốc gia có thể khuyến nghị ủy ban đề cử, thù lao, theo nguyên tắc "tuân thủ hoặc giải trình".

Cần đảm bảo ủy ban chuyên môn do thành viên không điều hành chủ trì, có tỉ lệ tối thiểu hoặc toàn bộ là độc lập. Thông lệ tốt: ủy ban chuyên môn có đa số thành viên độc lập, chủ tịch ủy ban cũng là thành viên độc lập. Tỉ lệ này tùy loại ủy ban, tính nhạy cảm của vấn đề, lĩnh vực Doanh nghiệp Nhà nước. Chẳng hạn, Ủy ban Kiểm toán nên gồm Thành viên Hội đồng Quản trị có hiểu biết tài chính, đa số là độc lập. Để hoạt động hiệu quả, ủy ban phải có thành viên đủ năng lực chuyên môn kỹ thuật. Nếu có mời chuyên gia ngoài Hội đồng Quản trị, nghĩa vụ ủy thác cũng có thể áp dụng với họ tùy luật pháp. Các ủy ban được tiếp cận đủ thông tin, kinh phí, quyền thuê cố vấn bên ngoài theo pháp luật hoặc quy tắc Hội đồng Quản trị.

Để tương thích chính sách bền vững chung của nhà nước, Doanh nghiệp Nhà nước có thể cân nhắc lập ủy ban bền vững hoặc ít nhất phân công rõ trách nhiệm trong Hội đồng Quản trị về vấn đề bền vững, có chuyên môn để tư vấn Hội đồng Quản trị về rủi ro, cơ hội, mục tiêu, chiến lược xã hội – môi trường, trong đó có biến đổi khí hậu. Có thể lập ủy ban chuyên đề tạm thời (ad hoc) để giải quyết nhu cầu, giao dịch cụ thể.

Ủy ban đóng vai trò giám sát, tư vấn và Hội đồng Quản trị vẫn phải chịu trách nhiệm cho quyết định (trừ trường hợp luật quy định khác), với cơ cấu giám sát và giải trình rõ ràng. Các ủy ban cần phải có văn bản ủy quyền và được công khai, nêu đầy đủ chức năng, nhiệm vụ, thủ tục, thành phần. Các ủy ban phải báo cáo Hội đồng Quản trị, biên bản họp được chuyển đến mọi Thành viên Hội đồng Quản trị.

VI.I. Hội đồng Quản trị Doanh nghiệp Nhà nước, dưới sự giám sát của chủ tịch, cần thường xuyên thực hiện đánh giá có cấu trúc rõ ràng để đo lường hiệu suất, hiệu quả, đồng thời đánh giá liệu tập thể Hội đồng Quản trị có bộ kỹ năng, kinh nghiệm phù hợp (kể cả về giới tính, đa dạng khác).

Quy trình đánh giá có hệ thống là công cụ cần thiết để chuyên nghiệp hóa Hội đồng Quản trị, ủy ban chuyên môn, nhấn mạnh trách nhiệm của Hội đồng Quản trị và nghĩa vụ của các thành viên. Nó cũng giúp nhận diện các năng lực cần thiết, hồ sơ thành viên. Việc đánh giá có thể dựa vào tiêu chí đa dạng (giới tính, độ tuổi, đặc điểm dân cư…) cũng như kinh nghiệm – chuyên môn (kế toán, số hóa, bền vững, quản lý rủi ro, ngành cụ thể). Để nâng cao sự đa dạng giới, Doanh nghiệp Nhà nước nên công bố tỉ lệ nam – nữ trong Hội đồng Quản trị, Ban Điều hành cấp cao, mức độ phù hợp với hạn ngạch hoặc mục tiêu tự nguyện nếu có. Cần cân nhắc thêm biện pháp bổ trợ giúp củng cố nguồn nhân tài nữ trong công ty và chính sách đa dạng ở cấp Hội đồng Quản trị, Ban Điều hành. Biện pháp bổ trợ này có thể đến từ chính phủ, sáng kiến tư hoặc công-tư, ví dụ như hoạt động vận động, đào tạo, lập hội nghề nghiệp. Doanh nghiệp Nhà nước có thể thiết lập nguyên tắc hay yêu cầu nhằm đảm bảo xem xét các dạng đa dạng khác (kinh nghiệm, độ tuổi, đặc điểm dân cư).

Đánh giá cũng khuyến khích từng Thành viên Hội đồng Quản trị dành thời gian, nỗ lực đúng mức. Tiêu điểm đánh giá nên tập trung vào hiệu suất cả tập thể Hội đồng Quản trị. Có thể mở rộng sang xem xét đóng góp từng cá nhân, nhưng không cản trở tính tập thể cần thiết. Thông lệ tốt là đánh giá dẫn đến kế hoạch hành động khắc phục bắt buộc phải thực hiện, và kế hoạch hành động sẽ được theo dõi hằng năm hoặc định kỳ.

Việc đánh giá Hội đồng Quản trị nên do chủ tịch chịu trách nhiệm, áp dụng theo thông lệ đang phát triển. Đánh giá có thể xem lại quy mô, thành phần, thù lao Thành viên Hội đồng Quản trị. Nó cũng hữu ích cho xây dựng chương trình định hướng, đào tạo cho thành viên mới và hiện có. Hội đồng Quản trị có thể thuê chuyên gia độc lập, lắng nghe ý kiến cơ quan đại diện chủ sở hữu. Thông lệ tốt: Hội đồng Quản trị đánh giá mình (chủ tịch, cả tập thể, ủy ban, cá nhân) thường xuyên, kèm đánh giá từ bên thứ ba ít nhất ba năm một lần.

Kết quả đánh giá Hội đồng Quản trị cũng là nguồn thông tin hữu ích cho việc đề cử, bổ nhiệm Hội đồng Quản trị. Tuy nhiên, cần cân bằng: đánh giá Hội đồng Quản trị có thể cảnh báo cơ quan đại diện chủ sở hữu về nhu cầu tuyển thành viên với kỹ năng cụ thể, nhưng không nên là công cụ loại bỏ cá nhân đương nhiệm, tránh làm họ ngại tham gia tích cực, thậm chí phê phán trong thảo luận.

VI.J. Hội đồng Quản trị Doanh nghiệp Nhà nước nên chủ động giám sát hệ thống quản lý rủi ro. Họ phải đảm bảo hệ thống này được đánh giá, điều chỉnh thường xuyên để phù hợp với hoàn cảnh của Doanh nghiệp Nhà nước nhằm duy trì tính phù hợp và hiệu quả của kiểm soát nội bộ, chính sách và quy trình vận hành.

Nhà nước nên khuyến khích Hội đồng Quản trị và cơ quan giám sát tiến hành, còn Ban Điều hành triển khai, hệ thống quản lý rủi ro thích đáng cho Doanh nghiệp Nhà nước, phù hợp kỳ vọng nhà nước và, khi hợp lý, phù hợp với các yêu cầu áp dụng đối với công ty niêm yết. Trong phạm vi cổ đông đặt ra yêu cầu này, Hội đồng Quản trị phải chịu trách nhiệm trước cổ đông về giám sát quản lý rủi ro.

Đặt ra khẩu vị và văn hóa rủi ro công ty, giám sát hệ thống quản lý rủi ro (kể cả kiểm soát nội bộ) là nhiệm vụ then chốt của Hội đồng Quản trị, gắn chặt với chiến lược doanh nghiệp. Việc này liên quan giám sát trách nhiệm của bên quản lý rủi ro, quy định loại hình và mức độ rủi ro công ty chấp nhận để theo đuổi mục tiêu, cùng cách thức quản trị, xử lý rủi ro trong hoạt động, quan hệ kinh doanh. Sự giám sát của Hội đồng Quản trị cung cấp định hướng quan trọng cho Ban Điều hành ứng phó rủi ro, đạt mức rủi ro mong muốn.

Khi thực hiện vai trò này, Hội đồng Quản trị cần bảo đảm những vấn đề bền vững trọng yếu sẽ được xem xét. Thế nên, Hội đồng Quản trị phải có quy trình nội bộ thích đáng trong khung quản lý rủi ro để giải quyết rủi ro bên ngoài công ty. Đồng thời, Hội đồng Quản trị cần chắc chắn rằng hệ thống quản lý rủi ro kèm thẩm định dựa trên rủi ro (risk-based due diligence) sẽ hỗ trợ doanh nghiệp nhận diện, ngăn ngừa, giảm thiểu tác động tiêu cực hiện tại hoặc tiềm ẩn, đồng thời nêu cách xử lý.

Nhằm hỗ trợ Hội đồng Quản trị giám sát quản lý rủi ro, một số công ty lập ủy ban rủi ro và/hoặc mở rộng vai trò Ủy ban Kiểm toán, tuân theo yêu cầu pháp lý hoặc khuyến nghị về quản lý rủi ro, theo xu hướng thay đổi tính chất rủi ro. Tuy nhiên, Hội đồng Quản trị vẫn chịu trách nhiệm cuối cùng về giám sát hệ thống quản lý rủi ro, bảo đảm tính toàn vẹn hệ thống báo cáo. Ở một số nơi, chủ tịch Hội đồng Quản trị báo cáo về quy trình kiểm soát nội bộ. Các công ty có rủi ro lớn hoặc phức tạp (tài chính, phi tài chính), kể cả tập đoàn, nên xem xét thiết lập cơ chế báo cáo tương tự, báo cáo trực tiếp cho Hội đồng Quản trị, về công tác quản lý rủi ro trên toàn nhóm và giám sát các biện pháp kiểm soát.

Hướng dẫn Chi tiết Chương VII: Doanh nghiệp Nhà nước và Phát triển Bền vững

Khung Quản trị Công ty nên khuyến khích cơ quan đại diện chủ sở hữu nhà nước và Doanh nghiệp Nhà nước đưa ra quyết định, quản trị rủi ro theo cách đóng góp vào sự phát triển bền vững, khả năng chống chịu của Doanh nghiệp Nhà nước, đảm bảo giá trị lâu dài. Nếu chính phủ đặt mục tiêu về phát triển bền vững, với tư cách là chủ sở hữu, chính phủ cần đề ra kỳ vọng rõ ràng và tham vọng về phát triển bền vững đối với Doanh nghiệp Nhà nước, bao gồm vai trò Hội đồng Quản trị, công bố thông tin – tính minh bạch, cũng như yêu cầu về kinh doanh có trách nhiệm. Chính sách sở hữu cần thừa nhận đầy đủ trách nhiệm Doanh nghiệp Nhà nước với các bên liên quan.

Hiện nay, cả chính phủ và khu vực doanh nghiệp đều đang thể hiện cam kết rõ ràng hơn đối với phát triển bền vững và thực hiện kinh doanh có trách nhiệm. Gần đây, những cuộc khủng hoảng đã cho thấy tầm quan trọng của việc nhận diện rủi ro mới nổi, tận dụng cơ hội nhằm tăng sức chống chịu trước những cú sốc bất ngờ, thông qua chính sách, chiến lược, thực hành bền vững. Một số nước vì thế ưu tiên cao vấn đề bền vững, cam kết chuyển đổi sang nền kinh tế bền vững, ít phát thải/không phát thải carbon, phù hợp với Hiệp định Paris và Các mục tiêu phát triển bền vững (SDGs). Điều này đòi hỏi các công ty, kể cả Doanh nghiệp Nhà nước, phản ứng với môi trường pháp lý – kinh doanh thay đổi nhanh, quản lý tốt rủi ro, nắm bắt cơ hội liên quan lộ trình chuyển đổi. Với tư cách chủ sở hữu, nhà nước có trách nhiệm và lợi ích bảo đảm Doanh nghiệp Nhà nước thích ứng được bối cảnh, sẵn sàng trước khủng hoảng, khuyến khích Doanh nghiệp Nhà nước ra quyết định, quản lý rủi ro – cơ hội nhằm tăng tính bền vững, khả năng chống chịu, giá trị lâu dài. Bên cạnh kỳ vọng từ nhà nước, Doanh nghiệp Nhà nước cũng có thể tự đặt mục tiêu hay thông lệ tốt nhằm đáp ứng đòi hỏi từ cổ đông không phải nhà nước, thị trường, và các bên liên quan.

Doanh nghiệp Nhà nước thường giữ vai trò trung tâm trong nhiều nền kinh tế, nhưng có vẻ dễ tổn thương trước rủi ro liên quan đến phát triển bền vững. Cụ thể, do tính chất/phân bổ lĩnh vực và cơ cấu quản trị, bao gồm tập trung nhiều trong các ngành khó giảm phát thải, hoạt động Doanh nghiệp Nhà nước thường chiếm tỉ lệ đáng kể khí thải nhà kính toàn cầu và đối diện rủi ro cao về môi trường, nhân quyền, tham nhũng. Doanh nghiệp Nhà nước cũng chịu rủi ro lớn trước biến đổi khí hậu (cả rủi ro vật lý lẫn chuyển đổi), ví dụ "khóa chặt carbon", do họ thường là nhà cung cấp hạ tầng quy mô lớn hoặc doanh nghiệp carbon cao. Rủi ro này có thể chuyển sang nhà nước theo hình thức cổ tức thấp hoặc biến động mạnh, nợ không trả nổi (nếu có bảo lãnh), hoặc thiệt hại do tài sản carbon trở nên vô giá trị khi chuyển đổi rủi ro. Việc này sẽ cản trở nỗ lực hoàn thành cam kết bền vững – đặc biệt về khí hậu và ảnh hưởng tới hiệu quả dài hạn của Doanh nghiệp Nhà nước, hiệu quả thực hiện chính sách công, tác động thẳng tới ngân sách nhà nước cũng như người dân, doanh nghiệp phụ thuộc vào hàng hóa, dịch vụ của Doanh nghiệp Nhà nước.

Trong điều kiện và động lực phù hợp, Doanh nghiệp Nhà nước (kể cả ngân hàng, định chế tài chính công) cũng có thể đóng vai trò thiết yếu trong việc thúc đẩy phát triển bền vững, hỗ trợ quá trình chuyển đổi công bằng, gồm cả cung cấp, tài trợ giải pháp ít carbon.

Trên thực tế, nhiều chính phủ nhận thấy Doanh nghiệp Nhà nước có thể – và nên – làm gương. Điều này xuất phát từ giả định chung rằng nhà nước sở hữu Doanh nghiệp Nhà nước vì lợi ích công chúng nói chung, những người là cổ đông cuối cùng của các Doanh nghiệp Nhà nước. Phù hợp với Khuyến nghị của OECD về vai trò của chính phủ trong thúc đẩy ứng xử kinh doanh có trách nhiệm [OECD/LEGAL/0486], chính phủ nên nêu gương, thực thi nguyên tắc kinh doanh có trách nhiệm khi thực hiện các hoạt động thương mại. Doanh nghiệp Nhà nước vì thế phải tuân theo chuẩn mực ứng xử kinh doanh có trách nhiệm, giải quyết, tránh hoặc giảm thiểu tác động xấu đến môi trường, xã hội. Đôi khi, nhà nước cũng quyết định đưa mục tiêu Môi trường – Xã hội vào Doanh nghiệp Nhà nước để hỗ trợ chương trình phát triển bền vững quốc gia, nhất là lĩnh vực năng lượng, việc làm, giao thông. Nếu mục tiêu này cấu thành nghĩa vụ dịch vụ công, cần luật hoặc quy định xác định rõ, đồng thời đảm bảo minh bạch về chi phí, cơ chế tài trợ, nhằm đảm bảo sân chơi bình đẳng.

Với tư cách chủ sở hữu, chính phủ nên khuyến khích, thúc đẩy Doanh nghiệp Nhà nước thực hành kinh doanh bền vững – có trách nhiệm, tạo giá trị lâu dài, thông qua phát triển chính sách liên quan đến bền vững, tích hợp thực hành kinh doanh bền vững, có trách nhiệm vào khung quản trị Doanh nghiệp Nhà nước, kể cả chính sách và cách thức sở hữu. Theo đó, chính phủ nên coi việc gắn kết bên liên quan là nhiệm vụ cốt lõi cấp công ty cho Doanh nghiệp Nhà nước, đồng thời tạo điều kiện đối thoại với các bên liên quan về chính sách sở hữu, trao đổi ý kiến về vấn đề kinh tế, xã hội, môi trường liên quan.

VII.A. Nếu nhà nước đặt mục tiêu về phát triển bền vững, mục tiêu đó phải được tích hợp toàn diện vào chính sách và thực tiễn sở hữu nhà nước.

Nhằm đảm bảo gắn kết chính sách, chính sách sở hữu và cách thức nhà nước áp dụng nên phù hợp với mục tiêu quốc gia rộng hơn về phát triển bền vững, kể cả cam kết quốc tế. Cơ quan đại diện chủ sở hữu nhà nước cũng có thể (tự nguyện) tích hợp mục tiêu về phát triển bền vững vào kỳ vọng chủ sở hữu dành cho Doanh nghiệp Nhà nước, như một phần vai trò sở hữu chủ động.

Việc này gồm xây dựng chiến lược tổng thể (kế hoạch hành động chi tiết, lộ trình rõ ràng), giúp Doanh nghiệp Nhà nước triển khai đầu tư, hạ tầng, công nghệ phù hợp mục tiêu kinh tế bền vững, chống chịu. Chiến lược nên bao gồm kế hoạch đầu tư, cơ cấu vốn, phân bổ ngân sách nhằm tối ưu nguồn lực theo hướng bền vững, tối đa hóa lợi ích dài hạn cho cổ đông, xã hội. Một phần, nhà nước có thể khuyến khích đối tác công – tư, mời Doanh nghiệp Nhà nước phát triển đổi mới bền vững, kinh tế tuần hoàn, năng lượng tái tạo, hiệu quả năng lượng... Trường hợp chính phủ ban hành mục tiêu về phát triển bền vững cho Doanh nghiệp Nhà nước sở hữu toàn bộ, có thể khuyến khích Doanh nghiệp Nhà nước lập kế hoạch chuyển đổi khí hậu, tham gia nỗ lực giảm phát thải carbon, bảo vệ tự nhiên, tài nguyên nước... Ngoài ra, chính phủ (với tư cách cổ đông) cần tính đến mục tiêu về phát triển bền vững trong chiến lược đầu tư dài hạn, cân nhắc rủi ro ở cấp danh mục liên quan đến phát triển bền vững (mất cổ tức, gánh nợ tương lai, tài sản carbon vô giá trị...); những đánh giá rủi ro này nên chia sẻ với Doanh nghiệp Nhà nước, Hội đồng Quản trị để cân nhắc.

Chính phủ có thể nhìn nhận tiềm năng của Doanh nghiệp Nhà nước trong việc thúc đẩy nghị trình bền vững, như cung cấp giải pháp ít carbon, nghiên cứu phát triển công nghệ bền vững... Thêm vào đó, các ngân hàng hoặc định chế tài chính công có thể lồng ghép yếu tố bền vững vào hoạt động cho vay, đầu tư. Tuy vậy, cần duy trì sân chơi bình đẳng, tránh méo mó cạnh tranh chỉ vì lý do bền vững.

Bởi tính chất liên ngành, chính sách và chiến lược bền vững nên được xây dựng ở cấp độ chính phủ, trong việc phối hợp với các cơ quan liên quan, tham vấn bên liên quan. Sự phối hợp hiệu quả giúp giảm xung đột lợi ích hoặc can thiệp chính trị ở Doanh nghiệp Nhà nước, bảo đảm tách biệt chức năng sở hữu khỏi vai trò quản lý kinh tế hoặc lập chính sách công.

Điều này gồm:

> **VII.A.1. Đặt mục tiêu cụ thể, tham vọng về phát triển bền vững cho Doanh nghiệp Nhà nước, phù hợp chính sách và thực tiễn sở hữu. Tôn trọng quyền, đối xử công bằng với mọi cổ đông.**

Chính phủ, với vai trò chủ sở hữu chủ động, cần xác định và truyền đạt kỳ vọng tham vọng để Doanh nghiệp Nhà nước nâng cao phát triển bền vững, khả năng chống chịu, gia tăng giá trị dài hạn. Kỳ vọng cấp cao này cần được nêu trong chính sách sở hữu nhà nước hoặc văn bản liên quan, nhất quán với mục tiêu về phát triển bền vững quốc gia, cam kết quốc tế (nếu có). Bao gồm nhưng không giới hạn: kỳ vọng về công bố, minh bạch; vai trò, trách nhiệm của Hội đồng Quản trị; tuân thủ chuẩn mực kinh doanh có trách nhiệm, tương tác bên liên quan. Chính phủ cũng có thể yêu cầu Doanh nghiệp Nhà nước thành lập ủy ban bền vững hoặc bảo đảm Hội đồng Quản trị sở hữu những năng lực, kinh nghiệm liên quan tới bền vững, đặc biệt là với Doanh nghiệp Nhà nước có quy mô lớn, rủi ro cao.

Dù chính phủ định ra mục tiêu hay xây dựng khung pháp lý, Doanh nghiệp Nhà nước vẫn có trách nhiệm hoàn thiện mục tiêu, triển khai chính sách phát triển bền vững. Kỳ vọng của chính phủ không nên là mức trần cho nỗ lực bền vững, mà cần để dư địa cho Doanh nghiệp Nhà nước dẫn đầu.

Trường hợp nhà nước không sở hữu hoàn toàn, việc chia sẻ kỳ vọng về phát triển bền vững nên thực hiện công khai qua chính sách sở hữu, các cuộc họp cổ đông, sử dụng quyền cổ đông, tôn trọng lợi ích của các cổ đông khác. Mặc dù kỳ vọng có thể khác nhau giữa Doanh nghiệp Nhà nước là cổ đông toàn phần, cổ đông đa số hoặc cổ đông thiểu số, việc nêu rõ và minh bạch kỳ vọng là bước quan trọng giúp lồng ghép mục tiêu về phát triển bền vững vào hoạt động, quyết định của từng Doanh nghiệp Nhà nước. Nếu thiếu khuôn khổ rõ ràng, Doanh nghiệp Nhà nước có thể có động lực để né tránh tuân thủ.

Kỳ vọng cấp cao nên được áp dụng cho toàn bộ danh mục Doanh nghiệp Nhà nước, gồm cả nội dung chung và chi tiết cho từng ngành khi cần. Tùy theo cơ chế sở hữu, chính phủ có thể đặt mục tiêu về phát triển bền vững rõ ràng thông qua quy định ngành, thư kỳ vọng, đối thoại hoặc nhiệm vụ riêng cho Doanh nghiệp Nhà nước. Trong quá trình này, chính phủ vẫn cần tránh can thiệp quá mức hoặc quá thụ động với công tác quản lý Doanh nghiệp Nhà nước, để doanh nghiệp có quyền tự chủ vận hành nhằm đạt mục tiêu đã đề ra.

Nếu các yêu cầu phát triển bền vững mới dẫn đến sự thay đổi căn bản về sứ mệnh của Doanh nghiệp Nhà nước hoặc giao thêm nghĩa vụ tương đương với dịch vụ công, cần phải quy định rõ, công khai với công chúng. Đồng thời các chi phí ròng của các nghĩa vụ đó cần phải được đảm bảo theo cách thức minh bạch.

VII.A.2. Truyền đạt, làm rõ kỳ vọng về phát triển bền vững của chính phủ thông qua đối thoại thường xuyên với Hội đồng Quản trị.

Cơ quan đại diện chủ sở hữu cần thực hiện theo dõi kỳ vọng tầm cao, kết nối với Hội đồng Quản trị Doanh nghiệp Nhà nước (và cổ đông khác nếu có), đảm bảo hiểu nhau và quản lý tốt các đánh đổi tiềm ẩn. Quá trình đối thoại có thể qua nhiều vòng trao đổi với cổ đông, hỗ trợ Doanh nghiệp Nhà nước biến kỳ vọng về phát triển bền vững thành chiến lược, mục tiêu rõ ràng.

Theo đó, cơ quan đại diện chủ sở hữu nên thiết lập cơ chế tiếp xúc đều đặn với Hội đồng Quản trị Doanh nghiệp Nhà nước, trao đổi về rủi ro, cơ hội, kỳ vọng về phát triển bền vững, chiến lược… Trường hợp doanh nghiệp có cổ đông ngoài nhà nước, chính phủ phải truyền đạt – hoặc làm rõ kỳ vọng bằng cách thực thi quyền cổ đông tại đại hội cổ đông hay Hội đồng Quản trị, tôn trọng quyền của các cổ đông khác.

VII.A.3. Đánh giá, giám sát, báo cáo định kỳ về mức độ Doanh nghiệp Nhà nước đáp ứng kỳ vọng về phát triển bền vững, hiệu quả hoạt động trong lĩnh vực này.

Chính phủ cần giám sát việc triển khai kỳ vọng về phát triển bền vững tại Doanh nghiệp Nhà nước. Điều này đòi hỏi lồng ghép các nội dung bền vững vào hệ thống báo cáo hiện có, để thường xuyên đánh giá, giám sát hiệu quả Doanh nghiệp Nhà nước, kiểm tra sự tuân thủ của họ đối với các kỳ vọng và quy tắc cao hơn. Nhà nước cần nêu rõ yêu cầu báo cáo cho Doanh nghiệp Nhà nước, đồng thời công khai kỳ vọng về phát triển bền vững, kết quả đạt được với công chúng, kể cả trong báo cáo tổng hợp hằng năm.

Việc rà soát hiệu quả thường xuyên sẽ cho phép cơ quan đại diện chủ sở hữu hiểu rõ hơn các vấn đề bền vững trong danh mục và ở từng Doanh nghiệp Nhà nước, cũng như đặt mục tiêu mới một cách có căn cứ. Ngoài ra, chính phủ có thể đánh giá hiệu suất danh mục tổng thể và khả năng đóng góp vào việc tạo giá trị dài hạn. Để hỗ trợ phân tích, chính phủ có thể đo lường mức độ rủi ro bền vững tại danh mục và/hoặc so sánh hiệu suất bền vững giữa Doanh nghiệp Nhà nước, hoặc so với doanh nghiệp cùng ngành. Điều này giúp chính phủ đánh giá và ưu tiên hóa rủi ro và cơ hội phát triển bền vững, đưa ra kỳ vọng tốt hơn.

VII.B. Chính phủ nên yêu cầu Hội đồng Quản trị Doanh nghiệp Nhà nước xem xét đầy đủ những rủi ro, cơ hội về phát triển bền vững khi thực thi chức năng chủ chốt.

Dù nhà nước có vai trò quan trọng trong thiết lập định hướng chung, chính Doanh nghiệp Nhà nước chịu trách nhiệm đảm bảo kỳ vọng nhà nước được lồng ghép hiệu quả vào chiến lược, hoạt động. Dù không có kỳ vọng chính thức về phát triển bền vững, Doanh nghiệp Nhà nước nên chủ động đáp ứng xu thế toàn cầu, thực hành tốt vì lợi ích dài hạn. Doanh nghiệp Nhà nước nên cập nhật, học hỏi thông lệ tốt, ví dụ qua đào tạo liên tục, trao đổi với nhân viên và các bên liên quan.

Nhà nước phải bảo đảm Hội đồng Quản trị tự chủ vận hành đạt mục tiêu chiến lược, kể cả mục tiêu về phát triển bền vững, giao trách nhiệm cuối cùng về kết quả cho Hội đồng Quản trị, kèm cơ chế giám sát phù hợp. Hội đồng Quản trị cần tự xây dựng chính sách bền vững gắn với chiến lược công ty; nếu cần, xác định và báo cáo bộ chỉ số, mục tiêu về phát triển bền vững chiến lược để đo lường hiệu quả.

Hội đồng Quản trị Doanh nghiệp Nhà nước cũng đảm bảo có hệ thống quản trị, kiểm soát nội bộ hiệu quả, phù hợp khung quản lý rủi ro (kể cả quy trình thẩm định), nhằm nhận diện, xử lý rủi ro tài chính, vận hành, cũng như rủi ro nhân quyền, lao động, môi trường, thuế. Để xây dựng chiến lược (bền vững), Doanh nghiệp Nhà nước cũng cần quan tâm rủi ro liên quan chính hoạt động của mình, sản phẩm, dịch vụ hoặc chuỗi cung ứng, gồm công ty con...

Các điều kiện tiên quyết thiết yếu để quản trị bền vững hiệu quả ở cấp doanh nghiệp:

VII.B.1. Hội đồng Quản trị Doanh nghiệp Nhà nước nên rà soát, định hướng việc xây dựng, triển khai, công bố các mục tiêu, chỉ tiêu quan trọng liên quan đến phát triển bền vững, lồng ghép vào chiến lược tổng thể.

Hội đồng Quản trị cần tích hợp đầy đủ kỳ vọng và mục tiêu cổ đông liên quan đến phát triển bền vững vào chiến lược kinh doanh, từ đó phát triển chỉ tiêu, chỉ số cụ thể. Các kế hoạch/chiến lược bền vững phải gắn chặt, nhất quán với chiến lược chung của công ty, đồng thời tuân thủ yêu cầu luật, quy định (kể cả yêu cầu báo cáo), cân nhắc lợi ích bên liên quan (có cả người lao động), bên cạnh lợi ích doanh nghiệp và cổ đông. Những kế hoạch bền vững hiệu quả có thể giúp hiện thực hóa kỳ vọng về phát triển bền vững thành cải tiến thực tế, tránh nguy cơ "đánh bóng hình ảnh môi trường" hoặc "đánh bóng hình ảnh xã hội".

Mục tiêu, chỉ tiêu bền vững nên dựa trên bộ số liệu nhất quán, có thể so sánh, độ tin cậy cao, phù hợp kỳ vọng cổ đông, cũng như yêu cầu pháp lý, hợp đồng, quy định áp dụng. Đây là cách bảo đảm thông tin có tính tin cậy cho người dùng, gồm nhà đầu tư, bên liên quan như người lao động. Nên công bố thường xuyên để cổ đông, nhà đầu tư, bên liên quan đánh giá tính khả tín của mục tiêu và tiến độ thực hiện. Việc công bố có thể gồm xác định chỉ tiêu trung hạn khi đặt mục tiêu dài hạn, hằng năm báo cáo chỉ số bền vững nhất quán, và nêu hành động khắc phục nếu doanh nghiệp chưa đạt mục tiêu.

VII.B.2. Doanh nghiệp Nhà nước nên tích hợp yếu tố bền vững vào hệ thống quản lý rủi ro, kiểm soát nội bộ, bao gồm thẩm định dựa trên rủi ro.

Việc nhận diện và giảm thiểu rủi ro, bao gồm cả rủi ro bền vững, là trách nhiệm cốt lõi của Hội đồng Quản trị, đóng vai trò quan trọng cho thành công dài hạn.

Hệ thống quản lý rủi ro của Doanh nghiệp Nhà nước cần xử lý rủi ro quan trọng từ bên ngoài có liên quan (ví dụ: khủng hoảng y tế). Đồng thời, phải có thẩm định dựa trên rủi ro nhằm xác định, phòng ngừa, giảm thiểu tác động tiêu cực (hiện tại hoặc tiềm tàng) của hoạt động, và thông tin cách xử lý theo *Hướng dẫn của OECD về doanh nghiệp đa quốc gia về ứng xử kinh doanh có trách nhiệm,* áp dụng cho Doanh nghiệp Nhà nước. Thẩm định hiệu quả cần gắn với nỗ lực lồng ghép nguyên tắc kinh doanh có trách nhiệm vào chính sách, hệ thống quản lý.

Thẩm định dựa trên rủi ro sẽ giúp Doanh nghiệp Nhà nước không dừng lại ở việc nhận diện và quản lý rủi ro ảnh hưởng tới chính doanh nghiệp, mà còn xem xét rủi ro tác động xấu (hiện tại/tiềm tàng) tới nhân quyền, lao động (ví dụ: lao động trẻ em, lao động cưỡng bức), môi trường (biến đổi khí hậu, ô nhiễm, mất đa dạng sinh học). Ngăn ngừa, giảm thiểu các tác động này góp phần tối đa hóa những giá trị dài hạn cho xã hội, cải thiện quan hệ với các bên liên quan, bảo vệ uy tín công ty. Doanh nghiệp Nhà nước cũng có thể tiến hành thẩm định để tuân thủ luật áp dụng, ví dụ về lao động, môi trường, Quản trị Công ty, hình sự hoặc chống hối lộ.

Sự tham gia ngày càng tăng của Doanh nghiệp Nhà nước trên thị trường toàn cầu làm dấy lên những quan ngại về rủi ro xã hội, môi trường trong chuỗi cung ứng xuyên biên giới. Do đó, Doanh nghiệp Nhà nước cần lưu ý nhiều động thái pháp luật, quy định hiện đang thảo luận ở các nước, nhất là về thẩm định nhân quyền – môi trường trong chuỗi cung ứng.

VII.B.3. Hội đồng Quản trị Doanh nghiệp Nhà nước nên cân nhắc yếu tố bền vững khi đánh giá, giám sát hiệu quả Ban Điều hành.

Trong các chức năng của Hội đồng Quản trị, cần đảm bảo việc đánh giá, kiểm soát hiệu quả Ban Điều hành, nhất là cách họ theo đuổi mục tiêu chiến lược, gồm cả mục tiêu về phát triển bền vững. Hội đồng Quản trị nên xác nhận bộ máy quản lý có năng lực phù hợp để nắm bắt, quản lý rủi ro và cơ hội bền vững, định hướng công ty theo chiến lược gia tăng giá trị, đặc biệt khi rủi ro/cơ hội bền vững có thể ảnh hưởng trọng yếu.

Một số Hội đồng Quản trị có thể khuyến khích thêm lãnh đạo chủ chốt làm việc vì lợi ích dài hạn cổ đông, thông qua chèn tiêu chí bền vững vào cơ chế thù lao. Khi đó, Hội đồng Quản trị cần tuân thủ thông lệ về thù lao và khuyến khích nêu ở phần "VI.B".

Cân bằng lợi ích cổ đông với mục tiêu về phát triển bền vững dài hạn đôi khi phức tạp, vì mục tiêu về phát triển bền vững rất khó đo lường, dữ liệu thường không rõ ràng hoặc thiếu tin cậy. Việc áp dụng nguyên tắc "quy tắc phán đoán hợp lý trong kinh doanh" hoặc các quy tắc tương tự có thể khuyến khích Hội đồng Quản trị tính đến yếu tố bền vững, bằng cách bảo vệ Thành viên Hội đồng Quản trị, Ban Điều hành khỏi kiện tụng nếu họ ra quyết định kinh doanh một cách cẩn trọng, dựa trên thông tin, không xung đột lợi ích.

VII.C. Nhà nước cần kỳ vọng Doanh nghiệp Nhà nước phải yêu cầu báo cáo, công bố thông tin về phát triển bền vững một cách phù hợp, dựa trên các số liệu nhất quán, có thể so sánh và đáng tin cậy:

Quy định, chuẩn mực báo cáo – công bố cho Doanh nghiệp Nhà nước về quản trị, chiến lược, quản lý rủi ro, kết quả phi tài chính (kể cả thông tin, chỉ số bền vững, như phát thải khí nhà kính, tỉ lệ đàm phán tập thể...) ngày càng quan trọng với cổ đông, nhà đầu tư, người lao động, các bên liên quan, công chúng. Đây cũng là yếu tố then chốt để tăng cường trách nhiệm Hội đồng Quản trị, Ban Điều hành Doanh nghiệp Nhà nước trong mảng phát triển bền vững, giúp nhà nước hoạt động như chủ sở hữu thông hiểu, có cái nhìn rõ hơn về hiệu suất Doanh nghiệp Nhà nước.

Nhà nước cần trông đợi Doanh nghiệp Nhà nước tham gia báo cáo phi tài chính để thể hiện cách họ giải quyết kỳ vọng về phát triển bền vững, qua đó tạo giá trị cho nhà nước, cổ đông, công dân. Doanh nghiệp Nhà nước nên được yêu cầu báo cáo, công bố thông tin chi tiết, chính xác, đầy đủ về chính sách, hoạt động, rủi ro, mục tiêu về phát triển bền vững, kèm chỉ số hiệu suất, kịp thời, dễ tiếp cận, phù hợp chuẩn quốc tế chất lượng cao. Dựa trên khái niệm "tính quan trọng" (materiality) đã đề cập trong "Hướng dẫn V.A", thông tin có thể bao trùm các vấn đề môi trường – xã hội – quản trị (ESG), tuân thủ luật về nhân quyền, sức khỏe, an toàn, đa dạng, bảo vệ người tiêu dùng, chống tham nhũng, thực hành kinh doanh bền vững. Khung báo cáo khu vực, quốc gia vẫn có thể linh hoạt bổ sung yêu cầu địa phương, nếu phù hợp chuẩn quốc tế.

Ngoài ra, khi thích hợp, Doanh nghiệp Nhà nước cần cung cấp thông tin về các vấn đề quan trọng cho người lao động, bên liên quan tác động lớn đến hiệu quả doanh nghiệp hoặc gây ảnh hưởng đáng kể. Việc công bố có thể gồm quan hệ quản lý/người lao động, thông tin thù lao, phạm vi thương lượng tập thể, cơ chế đại diện nhân viên, quan hệ với chủ nợ, nhà cung cấp, người tiêu dùng, cộng đồng bị ảnh hưởng, quan tâm đặc biệt đến nhóm dễ tổn thương.

Nhiều quốc gia yêu cầu hoặc khuyến nghị Doanh nghiệp Nhà nước công bố thông tin liên quan nguồn nhân lực. Các chính sách nhân sự như phát triển, đào tạo, tỉ lệ giữ chân, hay chương trình ESOP giúp thị trường và các bên liên quan hiểu rõ thế mạnh cạnh tranh.

VII.C.1. Báo cáo và công bố thông tin liên quan đến phát triển bền vững cần phù hợp với các chuẩn mực quốc tế chất lượng cao, được công nhận rộng rãi, nhằm bảo đảm tính nhất quán và khả năng so sánh giữa các thị trường, quốc gia và doanh nghiệp.

Dù nhận thức "một khuôn mẫu chung" có hạn chế, cơ quan đại diện chủ sở hữu có thể lựa chọn hài hòa hoặc chuẩn hóa các tiêu chí báo cáo – chỉ số hiệu suất để nhất quán, tin cậy, so sánh các công ty, thị trường. Quy định báo cáo có thể đặt ra bộ chỉ tiêu tối thiểu theo khung sẵn có hoặc yêu cầu Doanh nghiệp Nhà nước áp dụng chuẩn mực quốc tế được công nhận, bảo đảm chất lượng thông tin, giảm chênh lệch thực hành báo cáo. Về phía nhà nước, bắt kịp chuẩn mực quốc tế đang biến đổi là cần thiết, gồm *Bộ nguyên tắc Quản trị Công ty của G20/OECD, Hướng dẫn của OECD về doanh nghiệp đa quốc gia, Nguyên tắc hướng dẫn của Liên Hợp Quốc về kinh doanh và nhân quyền, Sáng kiến toàn cầu và Chương trình nghị sự 2030 (SDGs).* Nên khuyến khích sử dụng các chỉ số khoa học, nhất là khi liên quan đến kế hoạch chuyển đổi (ví dụ: giảm phát thải, đa dạng sinh học). Việc này giúp chủ sở hữu so sánh thông tin bền vững giữa Doanh nghiệp Nhà nước và các doanh nghiệp khác.

Nhiều quốc gia khuyến nghị hoặc yêu cầu chuẩn "tính quan trọng" từ quan điểm của nhà đầu tư, thậm chí có quốc gia còn áp dụng "tính quan trọng kép" (double materiality). Thông tin cần công bố kịp thời, bao gồm cả dữ liệu quá khứ và các thông tin trọng yếu mang tính dự báo, phù hợp với các chuẩn mực báo cáo được quốc tế công nhận.

Doanh nghiệp Nhà nước cần bảo đảm tính nhất quán giữa báo cáo bền vững, báo cáo tài chính và thông tin công ty khác. Chính phủ cũng nên chỉ rõ Doanh nghiệp Nhà nước nên công bố thông tin bền vững ở đâu (báo cáo thường niên tích hợp hay tách riêng), kèm mong đợi rõ ràng về thời gian công bố, cách tiếp cận. Nếu khả thi, nên ủng hộ báo cáo tích hợp, giúp minh họa sự gắn kết giữa chiến lược công ty và cam kết phát triển bền vững.

VII.C.2. Cân nhắc giai đoạn áp dụng yêu cầu chứng thực đảm bảo thường niên bởi đơn vị cung cấp dịch vụ chứng nhận độc lập, có năng lực, theo chuẩn quốc tế chất lượng cao.

Việc kiểm chứng độc lập báo cáo bền vững sẽ gia tăng niềm tin vào tính chính xác, chất lượng dữ liệu, qua đó củng cố trách nhiệm giải trình của Doanh nghiệp Nhà nước lẫn chính phủ trước công chúng. Đối với doanh nghiệp, dịch vụ kiểm chứng sẽ giúp giảm thiểu chi phí, rủi ro pháp lý liên quan đến báo cáo phát triển bền vững, đáp ứng nhu cầu cổ đông, các bên liên quan (kể cả người lao động), giảm rủi ro kiện tụng. Về phía chính phủ, bảo đảm này sẽ hỗ trợ vai trò chủ sở hữu chủ động, nâng cao độ tin cậy, chất lượng báo cáo bền vững, đánh giá rủi ro – cơ hội bền vững chính xác hơn ở danh mục.

Tùy theo quy mô, điều kiện vận hành, nhà nước nên đặt kỳ vọng các Doanh nghiệp Nhà nước sẽ thực hiện đánh giá độc lập đối với các báo cáo bền vững của mình – ở mức đánh giá có giới hạn hoặc đánh giá đầy đủ – do một tổ chức đánh giá độc lập và có đủ năng lực thực hiện, dựa trên các phương pháp đánh giá chặt chẽ nhằm đảm bảo độ chính xác và chất lượng của báo cáo bền vững. Kiểm chứng nên tập trung vào năng lực bền vững thay vì chỉ dừng ở báo cáo, mặc dù vẫn cần đảm bảo tính tuân thủ. Trường hợp không thể kiểm chứng toàn bộ thông tin bền vững hoặc quá tốn kém, nên cân nhắc áp dụng yêu cầu tối thiểu đối với chỉ số bền vững quan trọng (ví dụ: phát thải khí nhà kính). Hội đồng Quản trị cũng có thể tìm đến kiểm toán nội bộ để khẳng định về thông tin bền vững, nhằm củng cố niềm tin vào tính trung thực của báo cáo.

Tuy vậy, về lâu dài, nên hướng tới mức độ kiểm chứng đồng nhất giữa báo cáo tài chính và báo cáo phát triển bền vững, trong đó có sự nhất quán về thời gian báo cáo.

VII.D. Với vai trò là chủ sở hữu, nhà nước cần đặt ra các kỳ vọng cao đối với việc tuân thủ các chuẩn mực về hành vi kinh doanh có trách nhiệm (RBC)của Doanh nghiệp Nhà nước cùng với các cơ chế hiệu quả để thực hiện các tiêu chuẩn đó. Nhà nước cần thừa nhận đầy đủ trách nhiệm của các Doanh nghiệp Nhà nước đối với các bên liên quan và yêu cầu các Doanh nghiệp Nhà nước báo cáo về mối quan hệ của họ với các bên liên quan. Các kỳ vọng của nhà nước cần được công bố một cách rõ ràng và minh bạch.

Doanh nghiệp Nhà nước chịu tác động bởi môi trường pháp luật, quy định đang phát triển về ứng xử kinh doanh có trách nhiệm. Nhiều doanh nghiệp đã chứng minh rằng tôn trọng chuẩn mực ứng xử kinh doanh là yếu tố quan trọng trong hoạt động kinh doanh. Giống doanh nghiệp tư nhân, Doanh nghiệp Nhà nước cũng có lợi ích thương mại trong việc giảm rủi ro uy tín, được nhìn nhận là "công dân doanh nghiệp tốt". Hơn nữa, RBC ngày càng được coi là yếu tố cốt lõi để xây dựng nền kinh tế bền vững, chống chịu, thúc đẩy quan hệ hài hòa giữa kinh doanh với các thành phần xã hội, hướng tới tạo giá trị lâu dài.

Do đó, Doanh nghiệp Nhà nước nên tuân thủ tiêu chuẩn RBC ở mọi hoạt động, chuỗi cung ứng, gồm nhân quyền, lao động và quan hệ công nghiệp, môi trường, chống tham nhũng, quyền lợi người tiêu dùng, khoa học – công nghệ – đổi mới, cạnh tranh, thuế. Hành động nên dựa trên công cụ quốc tế thích hợp, trong đó có *Hướng dẫn của OECD về doanh nghiệp đa quốc gia về ứng xử kinh doanh có trách nhiệm, được triển khai tối đa khả năng; Tuyên bố ILO về nguyên tắc và quyền cơ bản trong lao động; Tuyên bố ILO ba bên về nguyên tắc liên quan đến doanh nghiệp đa quốc gia và chính sách xã hội; và Nguyên tắc hướng dẫn Liên Hợp Quốc về kinh doanh và nhân quyền.*

Nhân tố quan trọng trong Quản trị Công ty, cũng là trọng tâm của ứng xử kinh doanh có trách nhiệm và một phần của quy trình thẩm định, là gắn kết các bên liên quan. Chính phủ (Cơ quan đại diện chủ sở hữu) và Doanh nghiệp Nhà nước cần hiểu tầm quan trọng của quan hệ với bên liên quan (người lao động, chủ nợ, khách hàng, nhà cung cấp, cộng đồng bị ảnh hưởng…) để xây dựng doanh nghiệp bền vững, có trách nhiệm về tài chính. Việc này đặc biệt quan trọng với Doanh nghiệp Nhà nước được giao mục tiêu chính sách công. Do tính chất hoạt động, Doanh nghiệp Nhà nước có thể tác động lớn tới tình hình phát triển vĩ mô và cộng đồng nơi họ hoạt động. Hơn nữa, nhà đầu tư ngày càng chú ý tới các vấn đề về bên liên quan khi quyết định đầu tư, nhận thức về rủi ro kiện tụng. Vì vậy, cơ quan đại diện chủ sở hữu và Doanh nghiệp Nhà nước cần công nhận ảnh hưởng tích cực của chính sách gắn kết bên liên quan với phát triển bền vững, khả năng chống chịu, mục tiêu chiến lược dài hạn và danh tiếng doanh nghiệp.

Doanh nghiệp Nhà nước nên báo cáo về vấn đề về bên liên quan, thể hiện cam kết minh bạch và hợp tác. Điều này sẽ góp phần xây dựng lòng tin, cải thiện danh tiếng. Việc báo cáo có thể gồm thông tin tiến độ gửi đến nhóm bị ảnh hưởng trực tiếp từ dự án, hoặc báo cáo kết quả hoạt động tương tác với bên liên quan. Thông tin có thể tích hợp trong báo cáo công ty hoặc dưới dạng tài liệu riêng.

Cụ thể:

VII.D.1. Chính phủ, cơ quan đại diện chủ sở hữu và Doanh nghiệp Nhà nước cần thừa nhận, tôn trọng quyền của bên liên quan được thiết lập theo pháp luật hoặc thông qua các thỏa thuận song phương. Trong trường hợp lợi ích của các bên liên quan được pháp luật bảo vệ, người lao động và các bên liên quan khác cần có cơ hội được giải quyết hiệu quả khi quyền lợi của họ bị vi phạm, với chi phí hợp lý và không bị trì hoãn quá mức.

Với vị thế là cổ đông chi phối, chính phủ có thể đưa ra các quyết định đối với doanh nghiệp theo hướng bất lợi cho các bên liên quan. Do đó, cần thiết lập các cơ chế, thủ tục nhằm bảo vệ quyền người lao động, cộng đồng bị ảnh hưởng và các bên liên quan khác. Cơ quan đại diện chủ sở hữu, Doanh nghiệp Nhà nước cần công nhận quyền lợi bên liên quan theo luật hoặc thỏa thuận chung, xây dựng chính sách rõ ràng.

Danh mục các bên liên quan có thể khác nhau tùy theo từng Doanh nghiệp Nhà nước, song thường bao gồm người lao động, chủ nợ, khách hàng, nhà cung cấp, cộng đồng bị ảnh hưởng. Phần lớn quyền của họ được quy định trong pháp luật (về lao động, kinh doanh, môi trường, phá sản) hoặc hợp đồng. Để ra quyết định hiệu quả, doanh nghiệp, nếu phù hợp với quy định của pháp luật, nên cân nhắc các bên liên quan không có quan hệ hợp đồng với doanh nghiệp, vì có nguy cơ bỏ sót các vấn đề quan trọng khi xây dựng chính sách, mục tiêu, báo cáo phát triển bền vững.

Luật cần minh bạch, cho phép các bên liên quan lên tiếng, đòi bồi thường nếu quyền lợi bị xâm phạm, với chi phí hợp lý và không chậm trễ. Ngoài ra, người tố cáo hành vi sai phạm pháp lý (liên quan quy định xã hội, môi trường, tham nhũng, nhân quyền) của chính phủ hay Doanh nghiệp Nhà nước cần được pháp luật bảo vệ.

Một số quốc gia trao quyền cụ thể cho các bên liên quan thông qua quy chế pháp lý, quy định, thỏa thuận, hoặc cấu trúc quản trị riêng (ví dụ: đại diện người lao động trong Hội đồng Quản trị). Bất kỳ quyền đặc biệt nào cho bên liên quan hoặc tác động lên quy trình quyết định phải công khai. Dù quyền này được luật hay phương thức khác xác lập, đại hội đồng cổ đông và Hội đồng Quản trị vẫn giữ quyền quyết định. Để khuyến khích hợp tác năng động, tạo ra giá trị lâu dài cho các bên liên quan, cần bảo đảm họ (kể cả lao động, cộng đồng bị ảnh hưởng) được tiếp cận thông tin phù hợp, đáng tin cậy, được cập nhật kịp thời và thường xuyên. Điều này giúp họ thực thi hiệu quả các quyền của mình, bao gồm cả quyền được khắc phục khi lợi ích bị xâm phạm. Ngoài ra, người lao động cũng cần có khả năng phản ánh một cách trung thực và độc lập các hành vi trái pháp luật hoặc phi đạo đức đến Hội đồng Quản trị, mà không bị xâm phạm quyền lợi hay bị trả đũa dưới bất kỳ hình thức nào.

VII.D.2. Doanh nghiệp Nhà nước nên phát triển và khuyến khích tham gia tích cực của các bên liên quan trong quá trình hướng đến phát triển bền vững và bảo đảm quá trình chuyển đổi công bằng, đặc biệt đối với các cá nhân, nhóm có lợi ích hoặc chịu tác động từ hoạt động của doanh nghiệp.

Đối thoại thường xuyên, liên tục với các bên liên quan cần được lồng ghép vào quá trình ra quyết định quản lý và phản ánh trong chiến lược kinh doanh của Doanh nghiệp Nhà nước. Việc gắn kết với các bên liên quan một cách có ý nghĩa có thể hỗ trợ quá trình chuyển đổi công bằng (hướng tới kinh tế xanh một cách công bằng, toàn diện), đảm bảo quyền lợi và sinh kế của người lao động. Dù hữu ích trong nhiều vấn đề, điều này đặc biệt quan trọng khi doanh nghiệp mong muốn cải thiện phát triển bền vững và khả năng chống chịu – vốn có thể đòi hỏi đầu tư ngắn hạn, nhưng sẽ mang lại lợi ích dài hạn. Quá trình này cũng giúp doanh nghiệp đánh giá vấn đề bền vững nào thực sự quan trọng cần giải quyết, công bố.

Việc tổ chức đối thoại và gắn kết các bên liên quan cần được hỗ trợ bằng nền tảng pháp lý hoặc quy định phù hợp. "Gắn kết" thường bao gồm quá trình tương tác hai chiều, dựa trên thiện chí các bên và có sự phản hồi cụ thể từ doanh nghiệp đối với quan điểm của các bên liên quan (tức là có hành động tiếp theo sau đối thoại). Để bảo đảm việc gắn kết hiệu quả và an toàn, thông tin cần được cung cấp kịp thời, dễ tiếp cận và phù hợp với các bên liên quan; đồng thời cần loại bỏ các rào cản khiến những nhóm yếu thế có thể e ngại tham gia. Doanh nghiệp nên thiết lập các cơ chế cho phép báo cáo ẩn danh các hành vi sai phạm. Những hành vi bất hợp pháp hoặc phi đạo đức của cán bộ doanh nghiệp có thể xâm phạm quyền lợi của các bên liên quan và gây thiệt hại cho chính doanh nghiệp. Vì vậy, cần có chính sách bảo mật dành cho người tố cá, cùngm với quy trình tiếp nhận khiếu nại an toàn cho người lao. động hoặc đại diện của họ. Hội đồng Quản trị được khuyến khích chủ động bảo vệ người tố cáo, và bảo đảm họ có quyền tiếp cận một cách bảo mật với thành viên độc lập trong Hội đồng Quản trị – thường là thành viên Ủy ban Kiểm toán hoặc ủy ban đạo đức. Một số doanh nghiệp còn bổ nhiệm nhân sự chuyên trách để xử lý các khiếu nại. Một số cơ quan chức năng cũng cho phép thiết lập đường dây điện thoại hoặc địa chỉ email ẩn danh nhằm tiếp nhận tố giác. Ở một số quốc gia, tổ chức đại diện có thể thay mặt người lao động phản ánh các mối quan ngại; tuy nhiên, cá nhân người lao động vẫn cần được bảo vệ ngay cả khi họ tự mình lên tiếng. Nếu doanh nghiệp không khắc phục kịp thời hoặc người khiếu nại có cơ sở lo ngại rủi ro bị trả đũa, người lao động, bên liên quan có thể báo cáo thiện chí vi phạm pháp luật lên cơ quan hữu quan. Nhiều nước cho phép khởi ki.ệ.n liên quan việc thực thi Hướng dẫn của OECD về doanh nghiệp đa quốc gia về ứng xử kinh doanh có trách nhiệm tại Điểm liên hệ Quốc gia RBC tương ứng. Doanh nghiệp không được phân biệt đối xử hoặc kỷ luật các bên liên quan đã nêu khiếu nại.

VII.D.3. Cần cho phép phát triển cơ chế tham gia của người lao động. Khi người lao động hoặc bên liên quan khác tham gia vào quá trình quản trị công ty, họ cần có thông tin phù hợp, đáng tin, kịp thời, thường xuyên.

Mức độ tham gia của người lao động vào quản trị doanh nghiệp phụ thuộc vào luật pháp và thông lệ của từng quốc gia, và có thể khác nhau giữa các Doanh nghiệp Nhà nước. Các cơ chế tham gia này có thể mang lại lợi ích trực tiếp hoặc gián tiếp cho Doanh nghiệp Nhà nước, thông qua việc người lao động sẵn sàng đầu tư vào các kỹ năng đặc thù của doanh nghiệp.

Ví dụ về các hình thức tham gia gồm: đại diện người lao động trong Hội đồng Quản trị, tổ chức công đoàn, thỏa ước la.o động tập thể, hoặc hội đồng làm việc – nơi tiếp nhận và phản ánh quan điểm của người lao động. Các chuẩn mực quốc tế công nhận quyền của người lao động trong việc được thông tin, tham vấn và tham gia thương lượng. Ở những nơi mà pháp luật và thông lệ quản trị cho phép sự tham gia như vậy, cần bảo đảm người lao động và các bên liên quan có quyền tiếp cận thông tin cần thiết để thực hiện trách nhiệm của mình.

Ngoài ra, một số biện pháp có thể giúp nâng cao hiệu suất làm việc của người lao động như chương trình sở hữu cổ phần dành cho người lao động, hoặc cơ chế chia sẻ lợi nhuận. Cam kết về lương hưu cũng là một yếu tố quan trọng trong mối quan hệ giữa doanh nghiệp và người lao động–bao gồm cả người lao động hiện tại và đã nghỉ hưu.

VII.D.4. Cơ quan đại diện chủ sở hữu nhà nước và Doanh nghiệp Nhà nước cần hành động để duy trì chuẩn mực liêm chính cao ở khu vực Doanh nghiệp Nhà nước, tránh sử dụng Doanh nghiệp Nhà nước làm công cụ phục vụ tài trợ chính trị, bổ nhiệm theo quan hệ cá nhân hoặc trục lợi cá nhân.

Sở hữu nhà nước tập trung ở lĩnh vực rủi ro cao (công nghiệp khai khoáng, hạ tầng...), nơi khu vực công - tư giao nhau qua đặc quyền, dự án mua sắm lớn. Ở nhiều nền kinh tế, Doanh nghiệp Nhà nước vẫn cung cấp dịch vụ công yếu tố thiết yếu, đôi khi còn hoạt động như cơ quan công, dù có mục tiêu kinh tế, cạnh tranh trên thị trường. Sự đan xen này khiến Doanh nghiệp Nhà nước dễ tổn thương trước tham nhũng, lạm dụng tài trợ chính trị, bổ nhiệm thân hữu, trục lợi cá nhân. Việc này gây thiệt hại ngân sách, phân bổ nguồn lực sai, làm suy giảm lòng tin công chúng vào thể chế.

Chính phủ phải đề ra biện pháp cấm dùng Doanh nghiệp Nhà nước để tài trợ chính trị hay đóng góp vận động bầu cử, yêu cầu Doanh nghiệp Nhà nước tuân thủ quy định về vận động hành lang (ví dụ: đăng ký buổi họp trong sổ đăng ký phù hợp). Biện pháp cũng cần nhắm tới lĩnh vực rủi ro cao như mua sắm, thù lao cho Hội đồng Quản trị, lãnh đạo chủ chốt, xung đột lợi ích, hoạt động giải trí, đóng góp từ thiện và tài trợ, quà tặng, bổ nhiệm thân hữu, chi trả "bôi trơn", yêu cầu – tống tiền.

Nhà nước và Doanh nghiệp Nhà nước nên thực hiện đầy đủ Hướng dẫn của OECD về chống tham nhũng và liêm chính trong Doanh nghiệp Nhà nước. Các quy tắc được đề cập trong cuốn sách này bổ sung cho văn kiện hiện hành.

www.ingramcontent.com/pod-product-compliance
Ingram Content Group UK Ltd.
Pitfield, Milton Keynes, MK11 3LW, UK
UKHW051643031026
15588UKWH00007B/1297

9 789264 877054